SÁCH NẤU NH[illegible]

Lập kế hoạch bữa ăn trở nên dễ dàng với 100 công thức nấu ăn dễ dàng và bổ dưỡng cho các bà mẹ bận rộn và gia đình của họ

Kỳ Hồ

MỤC LỤC

KHÓA HỌC CHÍNH 81

GIỚI THIỆU

Nhiều bà mẹ bận rộn sợ hãi trước thử thách chuẩn bị một bữa ăn tự nấu ngon và tốt cho sức khỏe trên bàn. Cuốn sách này có những lựa chọn tuyệt vời cho bữa ăn nhanh chóng và thỏa mãn, đồng thời bao gồm các món ăn sáng yêu thích từ bánh kếp đến bánh nướng xốp ngon nhất thế giới và bữa tối dễ dàng nhưng thỏa mãn như Gà nghệ tây.

SÁCH NẤU NHỮNG MẸ BẬN RỘN là cẩm nang hoàn hảo dành cho các bà mẹ muốn chuẩn bị những bữa ăn ngon và tốt cho sức khỏe cho gia đình mình mà không phải mất hàng giờ vào bếp. Cuốn sách nấu ăn này có 100 công thức nấu ăn dễ thực hiện, mỗi công thức đều có hình ảnh đầy màu sắc riêng, giúp việc lập kế hoạch bữa ăn trở nên dễ dàng. Từ bữa sáng đến bữa tối và mọi thứ khác, cuốn sách nấu ăn này cung cấp cho bạn các công thức nấu ăn vừa bổ dưỡng vừa ngon miệng. Với các tùy chọn cho mọi nhu cầu ăn kiêng, bạn sẽ tìm thấy các công thức nấu ăn không chứa gluten, ăn chay và thuần chay, cũng như các món yêu thích thân thiện với gia đình như mac và pho mát và fajitas gà. Mỗi công thức bao gồm một danh sách chi tiết các thành phần, hướng dẫn rõ ràng, thời gian chuẩn bị và nấu ước tính, vì vậy bạn có thể dễ dàng lên kế hoạch cho bữa ăn phù hợp với lịch trình bận rộn của mình.

Tất cả mọi thứ Cuốn sách dạy nấu ăn của bà mẹ bận rộn này có chuyên môn về ẩm thực chất lượng cao phù hợp với nhu cầu cụ thể của các bậc cha mẹ bận rộn. Chúc ngon miệng!

BỮA SÁNG

1. Bánh tortilla lỏng lẻo

làm cho 5

THÀNH PHẦN:

- 1 chén bột hạt lanh vàng
- 2 muỗng canh Hạt Chia
- 2 muỗng cà phê dầu ô liu
- ½ muỗng cà phê bột cà ri
- 1 cái ly Nước lọc
- 1 muỗng cà phê bột dừa

HƯỚNG DẪN:

Trong một bát trộn lớn, trộn kỹ tất cả các thành phần khô ngoại trừ bột dừa và một nửa dầu ô liu.

a) Trộn kỹ cho đến khi hỗn hợp tạo thành một quả bóng rắn.

b) Rắc bột dừa lên trên bột và dùng cây cán bột cán mỏng bột ra.

c) Cắt bánh tortilla của bạn với một công cụ tròn rộng.

d) Đun nóng 1 muỗng cà phê dầu ô liu trong chảo trên lửa vừa cao. Khi dầu đã nóng, thêm tortilla và chiên cho đến khi đạt được màu nâu mong muốn.

2. Bánh kếp bơ đậu phộng

làm cho 6

THÀNH PHẦN:

- 1 ¼ cốc Bột mì đa dụng
- 3 muỗng canh đường cát trắng
- 1 muỗng canh bột nở
- ¼ muỗng cà phê muối
- 1 cốc sữa đậu nành
- 1 quả trứng lanh
- ¼ chén bơ đậu phộng
- ⅔ cốc sô cô la chip
- Dầu dừa, để chiên

HƯỚNG DẪN:

a) Rây bột vào bát trộn và thêm đường, bột nở và muối.

b) Thêm và đánh đều sữa đậu nành, trứng lanh và bơ đậu phộng để kết hợp.

c) Trộn sô cô la chip cuối cùng.

d) Nấu một phần tư chén bột trong chảo với một ít dầu dừa.

e) Nướng từng chiếc bánh trong khoảng 3 phút ở cả hai mặt hoặc cho đến khi có màu vàng nâu.

3. Bánh kếp nam việt quất với xi-rô

Làm từ 4 đến 6 phần ăn

THÀNH PHẦN:

- 1 cốc nước sôi
- ½ chén nam việt quất khô có đường
- ½ chén xi-rô phong
- ¼ cốc nước cam tươi
- ¼ chén cam xắt nhỏ
- 1 muỗng canh bơ thực vật
- 1½ chén bột mì đa dụng
- 1 muỗng canh đường
- 1 muỗng canh bột nở
- ½ muỗng cà phê muối
- 1 ½ cốc sữa đậu nành
- ¼ chén đậu phụ lụa mềm, để ráo nước
- 1 muỗng canh dầu hạt cải hoặc dầu hạt nho, cộng với nhiều hơn để chiên

HƯỚNG DẪN:

a) Làm nóng lò ở nhiệt độ 225 độ F.

b) Đổ nước sôi lên quả nam việt quất trong một cái chậu chịu nhiệt và đặt sang một bên trong 10 phút để làm mềm. Xả nước thật kỹ và để nó sang một bên.

c) Kết hợp xi-rô cây thích, nước cam, cam và bơ thực vật trong một cái chảo nhỏ và nấu trên lửa nhỏ, khuấy liên tục để bơ thực vật tan chảy.

d) Khuấy đều bột mì, đường, bột nở và muối trong một bát trộn lớn.

e) Trộn sữa đậu nành, đậu phụ và dầu với nhau trong máy xay thực phẩm hoặc máy xay sinh tố cho đến khi mịn.

Với một vài nét nhanh, trộn nguyên liệu ướt vào nguyên liệu khô. Cho quả nam việt quất đã mềm vào.

f) Đun nóng một lớp dầu mỏng trên vỉ nướng hoặc chảo lớn trên lửa vừa và cao. Nên đổ ¼ cốc đến ⅓ cốc bột lên vỉ nướng đang nóng.

g) Nấu trong 2 đến 3 phút, hoặc cho đến khi các bong bóng nhỏ nổi lên trên bề mặt.

h) Nấu cho đến khi mặt thứ hai của bánh chín vàng, khoảng 2 phút nữa.

i) Đặt bánh xèo đã chiên lên đĩa cách nhiệt và giữ ấm trong lò trong khi bạn hoàn thành phần còn lại của mẻ bánh. Phục vụ với một xi-rô cam-maple ở bên cạnh.

4. Bánh pancake bí ngô màu cam

làm cho 4

THÀNH PHẦN:

- 10 g bột lanh
- 45ml nước
- 235ml sữa đậu nành không đường
- 15ml nước cốt chanh
- 60 g bột kiều mạch
- 60 g bột mì đa dụng
- 8 g bột nở, không chứa nhôm
- 2 muỗng cà phê vỏ cam bào mịn
- 25 g hạt chia trắng
- 120 g bí ngô xay nhuyễn hữu cơ
- 30 ml dầu dừa đun chảy và để nguội
- 5ml bột vani
- 30 ml xi-rô phong nguyên chất

HƯỚNG DẪN:

a) Trong một bát nhỏ, kết hợp bột lanh và nước. Để qua một bên.

b) Trong một đĩa trộn vừa, kết hợp sữa hạnh nhân và giấm táo. Đặt sang một bên trong năm phút.

c) Kết hợp bột kiều mạch, bột mì đa dụng, bột nở, vỏ cam và hạt chia trong một bát trộn lớn riêng biệt.
d) Thêm sữa hạnh nhân, bí ngô nghiền nhuyễn, dầu dừa, vani và xi-rô cây thích vào hỗn hợp.
e) Trộn tất cả mọi thứ lại với nhau cho đến khi tạo thành một hỗn hợp mịn.
f) Trong một chảo chống dính lớn, làm tan chảy bơ trên lửa vừa và cao. Chải một lượng nhỏ dầu dừa vào chảo.
g) Trong một cái chảo, đổ 60ml bột. Nấu trong 1 phút hoặc cho đến khi bong bóng phát triển trên bề mặt bánh kếp.
h) Dùng thìa nhẹ nhàng nhấc và lật bánh.
i) Nấu thêm 1 phút rưỡi nữa .

5. Bánh nướng phong dâu

làm cho 2

THÀNH PHẦN:

- 2 chén bột yến mạch.
- ⅓ cốc sữa hạnh nhân.
- 1 cốc dâu tây.
- Một nắm nho khô.
- 5 Muỗng canh dầu dừa.
- 5 muỗng canh xi-rô cây phong.
- 1 muỗng canh bột nở.
- 1 ½ muỗng cà phê chiết xuất vani.
- 1 thìa cà phê quế.
- ½ muỗng cà phê thảo quả (tùy chọn).
- Rắc muối.

HƯỚNG DẪN:

a) Thêm dầu dừa vào bột yến mạch và trộn bằng nĩa cho đến khi tạo thành bột nhão.

Thêm các miếng dâu tây và quả lý chua ngay khi nó nguội, sau đó từ từ kết hợp tất cả các nguyên liệu ướt.

b) Tạo thành một hình tròn từ bột trên một tấm nướng có phủ giấy da - nó phải dày khoảng 1 inch.

c) Nướng trong 15-17 phút sau khi cắt thành tám miếng hình tam giác.

d) Ăn kèm với mứt, mật ong hoặc bơ hạt để thưởng thức đặc biệt!

6. Xôi đậu phụ cải bó xôi

làm cho 1

THÀNH PHẦN:

KEM CHUA:

- 75 g hạt điều thô ngâm qua đêm
- 30ml nước cốt chanh
- 5 g men dinh dưỡng
- 60 ml nước 1 chút muối

TRÒ CHUYỆN ĐẬU HỦ:

- 15ml dầu ô liu
- 1 củ hành tây nhỏ, thái hạt lựu
- 1 tép tỏi, băm nhỏ
- 400 đậu phụ cứng, ép, vụn
- ½ muỗng cà phê thì là xay
- ½ muỗng cà phê bột cà ri
- ½ muỗng cà phê nghệ
- 2 quả cà chua, thái hạt lựu
- 30 g rau mồng tơi

- Muối, để hương vị

HƯỚNG DẪN:

a) Trong một bộ xử lý thực phẩm, kết hợp hạt điều, nước cốt chanh, men dinh dưỡng, nước và muối.

b) Xay ở tốc độ cao trong 5-6 phút, hoặc cho đến khi mịn và đặt sang một bên.

c) Trong chảo, đun nóng dầu ô liu để xào đậu phụ.

d) Cho hành tây vào và nấu trong 5 phút trên lửa vừa và cao.

e) Thêm tỏi và đun nhỏ lửa trong 1 phút, khuấy liên tục.

f) Khuấy trong đậu phụ vụn để phủ nó bằng dầu.

g) Thêm thì là, cà ri và nghệ.

h) Thêm cà chua và nấu trong 2 phút .

i) Thêm rau bina và nấu, đảo liên tục trong 1 phút hoặc cho đến khi héo hoàn toàn. Bày đậu phụ xào ra đĩa.

j) Phục vụ với một ít kem chua trên đầu.

7. Cháo quinoa rau dền

làm cho 1

THÀNH PHẦN:

- 85g diêm mạch
- 70 g rau dền.
- 460ml nước
- 115ml sữa đậu nành không đường
- ½ muỗng cà phê bột vani
- 15 g bơ hạnh nhân
- 30 ml xi-rô phong nguyên chất
- 10 g hạt bí ngô sống
- 10 g hạt lựu

HƯỚNG DẪN:

a) Kết hợp quinoa, rau dền và nước trong một bát trộn.

b) Trên lửa vừa cao, đun sôi.

c) Giảm nhiệt xuống thấp và nấu ngũ cốc trong 20 phút, khuấy thường xuyên. Thêm sữa và xi-rô cây thích.

d) Nấu trong 6-7 phút ở nhiệt độ thấp. Tắt bếp và trộn bơ hạnh nhân và chiết xuất vani.

e) Trang trí với hạt lựu và hạt bí ngô.

8. ramen miso

THÀNH PHẦN:

- 5 muỗng canh tương miso.
- 2 muỗng canh nước tương.
- 2 ½ cm miếng gừng, nạo.
- 12 cái nấm đông cô.
- 225 g đậu hủ hun khói, cắt làm 4 miếng.
- 2 muỗng canh amino hoặc tamari lỏng.
- 250 g mỳ soba.
- 16 tai bắp non.
- 1 muỗng canh dầu thực vật.
- 8 con pak choi.
- 200 g giá đỗ ăn liền.
- 2 quả ớt đỏ, thái nhỏ trên một góc.
- 2 củ hành tây, cắt cẩn thận trên một góc.
- 4 muỗng canh rong biển giòn.
- 2 muỗng canh hạt mè đen.
- 1 muỗng canh dầu mè, để hoàn thành.

HƯỚNG DẪN:

a) Cho tương miso, 1,5 lít nước, xì dầu, gừng và nấm hương vào chảo lớn. Khuấy để trộn miso, sau đó đun nhỏ lửa thật nhẹ. Tiếp tục đun nhỏ lửa trong 5 phút.

b) Trong khi đó, đặt đậu phụ hun khói vào một cái bát nông và đổ amino lỏng lên trên. Lật miếng đậu phụ để đảm bảo chúng ngấm đều cả hai mặt.

c) Đun sôi một chảo nước muối. Thêm mì soba, đun sôi trở lại và nấu cho đến khi mềm, khoảng 5 phút.

d) Thêm ngô non vào nước dùng miso và nấu thêm 4 phút nữa.

e) Đun nóng dầu trong chảo chống dính ở nhiệt độ cao. Nhẹ nhàng đặt đậu phụ vào chảo và nấu trong 2-3 phút cho mỗi mặt cho đến khi chín vàng.

f) Mì vừa chín, vớt ra rổ và xả qua nước lạnh, sau đó chia làm 4 bát. Thêm pak choi vào nước dùng miso và tắt bếp.

9. burrito đậu phụ

THÀNH PHẦN:

- 1 gói 12 ounce đậu phụ hoặc đậu phụ cứng.
- 1 thìa cà phê dầu (hoặc 1 thìa canh (15 ml) nước).
- 3 tép tỏi (băm nhuyễn).
- 1 muỗng canh hummus (mua ở cửa hàng hoặc tự làm).
- ½ thìa cà phê ớt bột.
- ½ muỗng cà phê thì là.
- 1 muỗng cà phê men ăn kiêng.
- ¼ muỗng cà phê muối biển.
- 1 nhúm ớt cayenne.
- ¼ chén rau mùi tây băm nhỏ.
- Rau:

HƯỚNG DẪN:

a) Làm nóng lò ở nhiệt độ 400° F (204° C) và lót khay nướng bằng giấy da.

b) Thêm khoai tây và ớt đỏ vào khay nướng, rưới dầu (hoặc nước) và gia vị, trộn đều. Nướng trong 15-22 phút hoặc cho đến khi mềm và hơi nâu. Bao gồm cải xoăn trong 5 phút cuối cùng.
c) Trong lúc đó, đun nóng chảo lớn trên lửa vừa. Ngay khi dầu nóng, cho dầu (hoặc nước), tỏi, đậu phụ và xào trong 7-10 phút, khuấy thường xuyên, cho đến khi hơi chuyển sang màu nâu.
d) Trong khi chờ đợi, cho hummus, bột ớt, thìa là, men dinh dưỡng, muối và ớt cayenne (tùy chọn) vào một bát trộn nhỏ. Tiếp tục thêm nước cho đến khi tạo thành một loại nước sốt có thể đổ được. Thêm hỗn hợp gia vị vào đậu phụ và tiếp tục nấu trên lửa vừa cho đến khi hơi chuyển sang màu nâu - 3-5 phút.
e) Bao gồm nhiều phần rau củ nướng, đậu hũ chiên, bơ, ngò và một chút salsa. Tiếp tục cho đến khi tất cả các đồ trang trí được sử dụng hết - khoảng 3-4 chiếc burritos lớn.

10. thanh protein thuần chay

THÀNH PHẦN:

- ⅓ chén rau dền
- 3 muỗng canh bột protein
- 2 muỗng canh xi-rô phong
- 1 chén bơ đậu phộng muối kem hoặc bơ hạnh nhân
- 2-3 muỗng canh sô cô la đen tan chảy

HƯỚNG DẪN:

a) Đun nóng một cái nồi lớn trên lửa vừa và cao. Thêm khoảng 2-3 muỗng canh rau dền một lúc và đậy nắp ngay.

b) Thêm bơ đậu phộng hoặc bơ hạnh nhân và xi-rô cây phong vào một bát trộn vừa và khuấy đều để hòa quyện. Sau đó thêm bột protein và khuấy đều.

c) Cho từng ít rau dền đã cắt nhỏ vào cho đến khi bạn có kết cấu "bột" lỏng. Khuấy bằng thìa gỗ hoặc dùng tay để phân tán đều hỗn hợp.

d) Chuyển hỗn hợp vào bột nướng và ấn xuống để tạo thành một lớp đều. Đặt giấy da hoặc màng bọc thực phẩm lên trên và sử dụng một vật có đáy phẳng như cốc đong chất lỏng để ấn xuống và đóng gói hỗn hợp thành một lớp đều, được đóng gói chắc chắn.

e) Chuyển sang tủ đông để đặt trong 10-15 phút hoặc cho đến khi sờ vào thấy cứng. Vớt ra thái thành chín thanh.

11. Bánh pancake bí ngô màu cam

THÀNH PHẦN:

- 10 g bột lanh
- 45ml nước
- 235ml sữa đậu nành không đường
- 15ml nước cốt chanh
- 60 g bột kiều mạch
- 60 g bột mì đa dụng
- 8 g bột nở, không chứa nhôm
- 2 muỗng cà phê vỏ cam bào mịn
- 25 g hạt chia trắng
- 120 g bí ngô xay nhuyễn hữu cơ
- 30 ml dầu dừa đun chảy và để nguội
- 5ml bột vani
- 30 ml xi-rô phong nguyên chất

HƯỚNG DẪN:

a) Kết hợp bột lanh xay với nước trong một cái bát nhỏ. Đặt sang một bên trong 10 phút. Kết hợp sữa hạnh nhân và giấm rượu táo trong một bát vừa. Đặt sang một bên trong 5 phút.

b) Trong một bát lớn riêng biệt, kết hợp bột kiều mạch, bột mì đa dụng, bột nở, vỏ cam và hạt chia.

c) Đổ sữa hạnh nhân, cùng với bí ngô nghiền nhuyễn, dầu dừa, vani và xi-rô cây thích.
d) Đánh cùng nhau cho đến khi bạn có một bột mịn.
e) Đun nóng chảo chống dính lớn trên lửa vừa và cao. Chải nhẹ chảo với một ít dầu dừa.
f) Đổ 60ml bột vào chảo. Nấu bánh kếp trong 1 phút hoặc cho đến khi bong bóng xuất hiện trên bề mặt.
g) Nhấc bánh pancake nhẹ nhàng bằng thìa và lật.
h) Nấu thêm 1 phút rưỡi nữa. Trượt bánh kếp vào đĩa. Lặp lại với các pin còn lại.

12. khoai lang và trái cây

THÀNH PHẦN:

- 1 Topping khoai lang.
- 60 g bơ đậu phộng hữu cơ.
- 30ml xi-rô phong nguyên chất.
- 4 quả mơ khô, thái lát.
- 30 g mâm xôi tươi.

HƯỚNG DẪN:

a) Gọt vỏ và cắt khoai lang thành lát dày ½ cm.

b) Đặt các lát khoai tây vào lò nướng bánh ở nhiệt độ cao trong 5 phút. Nướng khoai lang của bạn HAI LẦN.

c) Xếp các lát khoai lang ra đĩa.

d) Phết bơ đậu phộng lên lát khoai lang.

e) Rưới xi-rô phong lên bơ. Trên mỗi lát với một lượng quả mơ và quả mâm xôi thái lát bằng nhau. Phục vụ.

13. Bánh kếp bột chua bí ngô

Miếng bọt biển qua đêm:

- ¼ chén bột khai vị chua không chứa gluten.
- ¼ chén bí ngô nghiền nhuyễn.
- ½ chén bột đậu xanh (hoặc bất kỳ loại bột không chứa gluten nào khác).
- ½ cốc sữa hạnh nhân.
- 1-2 muỗng canh xi-rô phong.

Vào buổi sáng:

- 1 quả trứng hạt lanh (1 muỗng canh hạt lanh xay + 3 muỗng canh nước).
- 1 muỗng cà phê gia vị bí ngô.
- 1 thìa cà phê quế.
- ½ muỗng cà phê bột nghệ.
- ¼ cốc ngòi ca cao thô (hoặc vụn sô cô la không có nhật ký).
- Một ít quả hồ đào cắt lát (không bắt buộc nhưng rất nên làm!).
- ½ thìa cà phê muối nở.
- 1 muỗng cà phê bột nở.

HƯỚNG DẪN:

Đêm trước khi làm bánh kếp, đặt miếng bọt biển qua đêm **THÀNH PHẦN:** vào một cái bát không phản ứng. Trộn đều, bọc bằng màng bọc thực phẩm và để qua đêm.

Vào buổi sáng, trước khi bạn làm bánh kếp, hãy cho tất cả các thành phần khác (trừ bột nở và muối nở) vào miếng bọt biển để qua đêm. Khuấy đều.

a) Làm nóng chảo chống dính trên lửa vừa.

b) Thêm baking soda và bột nở vào bột và cẩn thận khuấy chúng vào.

c) Cho ¼ cốc bột vào chảo cho mỗi chiếc bánh và chiên cho đến khi bạn thấy bong bóng hình thành trên bề mặt bánh và mép bánh khô lại.

14. Bánh nướng phong dâu

THÀNH PHẦN:

- 2 chén bột yến mạch.
- ⅓ cốc sữa hạnh nhân.
- 1 cốc dâu tây.
- Một nắm nho khô.
- 5 Muỗng canh dầu dừa.
- 5 muỗng canh xi-rô cây phong.
- 1 muỗng canh bột nở.
- 1 ½ muỗng cà phê chiết xuất vani.
- 1 thìa cà phê quế.

HƯỚNG DẪN:

Thêm dầu dừa và dùng dao hoặc nĩa cắt bánh ngọt, cắt và trộn dầu dừa vào hỗn hợp bột yến mạch cho đến khi tạo thành một khối bột nhão. Ngay khi nguội, thêm miếng dâu tây, quả lý chua và các nguyên liệu ướt.

a) Trộn từ từ các thành phần khô và ướt cho đến khi hòa quyện - chú ý không trộn quá kỹ.

b) Trên một khay nướng có lót giấy da, tạo thành một hình tròn từ bột - nó phải dày 1 inch. Cắt thành tám miếng hình tam giác và nướng trong 15-17 phút. Thích thú với mứt, một giọt mật ong hoặc bơ hạt!

15. Xôi đậu phụ cải bó xôi

Kem chua:

- 75 g hạt điều thô ngâm qua đêm,
- 30ml nước cốt chanh,
- 5 g men dinh dưỡng,
- 60 ml nước 1 nhúm muối ngon,

Xôi đậu phụ:

- 15ml dầu ô liu.
- 1 củ hành tây nhỏ, thái hạt lựu.
- 1 tép tỏi, băm nhỏ.
- 400 đậu phụ cứng, ép, vụn.
- ½ muỗng cà phê thì là xay.
- ½ muỗng cà phê bột cà ri.
- ½ muỗng cà phê bột nghệ.
- 2 quả cà chua, thái hạt lựu.
- 30 g rau mồng tơi
- Muối, để hương vị.

HƯỚNG DẪN:

a) Làm kem chua hạt điều; rửa sạch và để ráo hạt điều đã ngâm.

b) Cho hạt điều, nước cốt chanh, men dinh dưỡng, nước và muối vào máy xay thực phẩm.

c) Xay ở tốc độ cao cho đến khi mịn, trong 5-6 phút.

d) Chuyển sang một cái bát và đặt sang một bên. Làm món đậu phụ rán; làm nóng dầu ô liu trong chảo.

e) Thêm hành tây và nấu 5 phút ở nhiệt độ trung bình cao.

f) Thêm tỏi và nấu khuấy, trong 1 phút.

g) Thêm đậu phụ vụn và khuấy đều với dầu.

h) Thêm thì là, cà ri và nghệ. Nấu đậu phụ trong 2 phút.

i) Thêm cà chua và nấu trong 2 phút.

j) Thêm rau bina và nấu, đảo cho đến khi héo hoàn toàn, khoảng 1 phút. Bày đậu phụ xào ra đĩa.

k) Top với một loại kem chua và phục vụ.

16. Yến mạch chia qua đêm

THÀNH PHẦN:

- Sữa đậu nành nguyên kem 470ml.
- 90 g yến mạch cán mỏng.
- 40 g hạt chia.
- 15 ml xi-rô phong nguyên chất.
- 25 g quả hồ trăn nghiền.
- Blackberry Jam

HƯỚNG DẪN:

a) Làm tổ yến; trong một bát lớn, kết hợp sữa đậu nành, yến mạch, hạt chia và xi-rô cây phong.

b) Che và làm lạnh qua đêm.

c) Làm mứt; kết hợp quả mâm xôi, xi-rô cây phong và nước trong nồi. Đun trên lửa vừa trong 10 phút.

d) Thêm hạt chia và đun sôi quả mâm xôi trong 10 phút.

e) Tắt bếp và khuấy trong nước cốt chanh. Nghiền quả mâm xôi bằng nĩa và đặt sang một bên để nguội.

f) Tập hợp; chia bột yến mạch cho bốn bát phục vụ.

g) Đổ mứt dâu đen lên trên mỗi bát.

h) Rắc quả hồ trăn trước khi phục vụ.

17. Cháo quinoa rau dền

THÀNH PHẦN:

- 85 g hạt diêm mạch.
- 70 g rau dền.
- 460ml nước.
- 115 ml sữa đậu nành không đường.
- ½ muỗng cà phê bột vani.
- 15 g bơ hạnh nhân.
- 30 ml xi-rô phong nguyên chất.
- 10 g hạt bí ngô sống.
- 10 g hạt lựu.

HƯỚNG DẪN:

a) Kết hợp quinoa, rau dền và nước.

b) Đun sôi ở nhiệt độ trung bình cao.

c) Giảm nhiệt và đun nhỏ lửa, thỉnh thoảng khuấy trong 20 phút. Khuấy sữa và xi-rô cây thích.

d) Đun nhỏ lửa trong 6-7 phút. Tắt bếp và cho vani, bơ hạnh nhân vào khuấy đều.

e) Để yên hỗn hợp trong 5 phút.

f) Chia cháo giữa hai bát.

g) Trên cùng với hạt bí ngô và hạt lựu.

18. Bánh nướng xốp đậu lăng cacao

THÀNH PHẦN:

- 195 g đậu đỏ nấu chín.
- 50ml dầu dừa đun chảy.
- 45 ml xi-rô phong nguyên chất.
- 60ml sữa hạnh nhân không đường.
- 60ml nước.
- 60 g bột ca cao thô.
- 120 g bột mì nguyên cám.
- 20 g bột đậu phộng.
- 10 g bột nở
- 70 g sô cô la chip.

HƯỚNG DẪN:

a) Làm nóng lò ở 200° C/400° F.

b) Cho đậu lăng đỏ đã nấu chín vào máy xay thực phẩm. Trộn trên cao cho đến khi mịn. Chuyển đậu lăng xay nhuyễn vào một cái bát lớn. Khuấy dầu dừa, xi-rô cây thích, sữa hạnh nhân và nước.

c) Trong một bát riêng, đánh bột ca cao, bột mì nguyên cám, bột đậu phộng và bột nở.

Cho **CÁC THÀNH PHẦN DẠNG LỎNG VÀO:** và khuấy cho đến khi vừa kết hợp.

d) Thêm sô cô la chip và khuấy cho đến khi kết hợp.
e) Chia bột cho 12 hộp giấy.
f) Nướng bánh nướng xốp trong 15 phút.

19. Bánh crepe đậu xanh với nấm

THÀNH PHẦN:

Bánh crếp:

- 140 g bột đậu xanh.
- 30 g bột đậu phộng.
- 5 g men dinh dưỡng.
- 5 g bột cà ri.
- 350ml nước.
- Muối, để hương vị.

ĐỔ ĐẦY:

- 10ml dầu ô liu.
- 4 mũ nấm Portobello, thái lát mỏng.
- 1 củ hành tây, thái lát mỏng.
- 30 g rau mồng tơi.
- Muối và hạt tiêu cho vừa ăn.
- mayo:

HƯỚNG DẪN:

a) làm mayo

b) Đánh bằng máy trộn cầm tay trong 30 giây.

c) Đặt máy trộn ở tốc độ cao nhất. Rưới dầu bơ và đánh trong 10 phút hoặc cho đến khi bạn có một hỗn hợp giống như sốt mayonnaise.

d) Nêm muối và để tủ lạnh trong 1 giờ.

e) Làm bánh crepe; kết hợp bột đậu xanh, bột đậu phộng, men dinh dưỡng, bột cà ri, nước và muối cho vừa ăn trong máy xay thực phẩm.

f) Đun nóng chảo chống dính lớn trên lửa vừa và cao. Xịt chảo với một ít dầu ăn.

g) Đổ ¼ chén bột vào chảo và với một chuyển động xoáy, phân phối bột khắp đáy chảo.

h) Nấu bánh crepe trong 1 phút mỗi bên. Trượt bánh crepe lên đĩa và giữ ấm.

i) Làm nhân bánh; đun nóng dầu ô liu trong chảo trên lửa vừa và cao.

j) Thêm nấm và hành tây và nấu trong 6-8 phút.

k) Thêm rau bina và quăng cho đến khi héo, trong 1 phút.

l) Nêm muối và hạt tiêu và chuyển vào một cái bát lớn.

m)Cho mayo đã chuẩn bị vào.

20. Bánh mì nướng khoai lang

THÀNH PHẦN:

- 2 củ khoai lang lớn, thái lát mỏng.
- lát dày ¼-inch.
- 1 thìa dầu bơ.
- 1 muỗng cà phê muối ½ chén guacamole.
- ½ chén cà chua, thái lát.

HƯỚNG DẪN:

a) Làm nóng lò nướng của bạn ở nhiệt độ 425° F.

b) Che một tấm nướng bằng giấy da.

c) Xoa các lát khoai tây với dầu và muối rồi đặt lên khay nướng. Nướng trong 5 phút trong lò, sau đó lật và nướng lại trong 5 phút.

d) Phủ bơ và cà chua lên trên các lát nướng.

S NACK

21. Nồi snack protein xanh

THÀNH PHẦN:

- 8 ounces đậu edamame, đông lạnh.
- 8 ounce đậu Hà Lan, đông lạnh.
- 4 muỗng canh hạt mè.
- 4 muỗng canh nước tương (ít natri).
- Tương ớt tùy sở thích, tùy khẩu vị.
- Rau mùi, tùy chọn.

HƯỚNG DẪN:

a) Đặt đậu Hà Lan đông lạnh và edamame vào một cái bát an toàn với lò vi sóng. Thêm một giọt nước và rã đông trong lò vi sóng trong khoảng 30 giây để nó đạt đến nhiệt độ phòng.

b) Trong một hộp nhỏ, chậu hoặc thùng chứa, đặt hạt cùng với đậu Hà Lan và đậu.

c) Xào qua nước tương, ớt và ngò rí trước khi ăn. Thưởng thức!

22. Quinoa muffin cắn

THÀNH PHẦN:

- 1 ½ cốc quinoa đã chuẩn bị.
- 2 quả trứng, đánh tan.
- ½ chén khoai lang nghiền nhuyễn.
- ½ chén đậu đen.
- 1 thìa hành ngò cắt nhỏ.
- 1 muỗng cà phê thì là.
- 1 thìa cà phê ớt bột.
- ½ thìa cà phê bột tỏi.
- ½ thìa cà phê muối.
- ⅛ thìa cà phê tiêu đen.
- Bình xịt nấu ăn.

HƯỚNG DẪN:

Làm nóng lò trước ở nhiệt độ 350° F. cho tất cả các nguyên liệu vào một bát lớn và trộn cho đến khi mọi thứ quyện vào nhau.

a) Dùng thìa múc hỗn hợp vào các khuôn bánh muffin và vỗ nhẹ lên trên mỗi khuôn. Nướng cho đến khi chín và giữ lại với nhau khoảng 15-20 phút.

23. Năng lượng cắn PB và J

THÀNH PHẦN:

- ½ chén bơ đậu phộng muối mịn.
- ¼ chén xi-rô phong.
- 2 muỗng canh bột protein
- 1 ¼ chén yến mạch cán mỏng không chứa gluten.
- 2 ½ muỗng canh bột hạt lanh.
- 2 Muỗng canh hạt chia.
- ¼ chén trái cây sấy khô.

HƯỚNG DẪN:

a) Cho vào một bát trộn lớn, thêm bơ đậu phộng, xi-rô cây phong và bột protein, yến mạch cán mỏng, bột hạt lanh, hạt chia và trái cây sấy khô tùy chọn. Nếu quá khô/vỡ vụn, hãy cho thêm bơ đậu phộng hoặc xi-rô phong.

b) Làm lạnh trong tủ lạnh trong 5 phút. Múc lượng 1 ½ muỗng canh và vo tròn. "Bột" phải mang lại khoảng 13-14 quả bóng.

c) Thưởng thức ngay lập tức và bảo quản thức ăn thừa được đậy kín trong tủ lạnh trong 1 tuần hoặc trong ngăn đá khoảng 1 tháng.

24. Hummus cà rốt nướng

THÀNH PHẦN:

- 1 hộp đậu chickpeas, rửa sạch và để ráo nước.
- 3 củ cà rốt.
- 1 tép tỏi.
- 1 thìa cà phê ớt bột.
- 1 muỗng canh tahini.
- Nước cốt của 1 quả chanh
- 2 muỗng canh dầu ô liu nguyên chất bổ sung.
- 6 muỗng canh nước.
- ½ muỗng cà phê bột thì là.
- Muối để nếm thử.

HƯỚNG DẪN:

a) Làm nóng lò nướng ở nhiệt độ 400° F. Rửa sạch, gọt vỏ cà rốt rồi cắt thành từng miếng nhỏ, xếp lên khay nướng với một ít dầu ô liu, một chút muối và nửa thìa cà phê ớt bột. Nướng khoảng 35 phút cho đến khi cà rốt mềm.

b) Lấy chúng ra khỏi lò và để nguội.

Trong khi chúng nguội, chuẩn bị món khai vị: đậu xanh rửa sạch và để ráo nước rồi cho vào máy xay thực phẩm cùng với các hoạt chất còn lại và quy trình cho đến khi bạn thấy một hỗn hợp đồng nhất. Sau đó thêm cà rốt và tỏi và quy trình lại!

25. thanh quinoa căng phồng

THÀNH PHẦN:

- 3 Muỗng canh dầu dừa.
- ½ chén bột ca cao thô.
- ⅓ cốc xi-rô phong.
- 1 muỗng tahini
- 1 thìa cà phê quế.
- 1 muỗng cà phê bột vani.
- Muối biển.

HƯỚNG DẪN:

a) Trong một chảo nhỏ trên lửa vừa và thấp, làm tan chảy dầu dừa, ca cao thô, tahini, quế, biển phong, xi-rô và muối vani với nhau cho đến khi tạo thành hỗn hợp sô cô la đặc hơn.

b) Cho nước sốt sô cô la lên trên hạt quinoa và trộn đều. Múc một thìa lớn khoai tây chiên giòn sô cô la vào các cốc nướng nhỏ.

c) Cho chúng vào tủ đông tối thiểu 20 phút để cứng lại. Cất vào ngăn đá tủ lạnh và thưởng thức thôi nào!

26. Đậu Nhật ngâm vỏ

THÀNH PHẦN:

- ½ chén hành tím thái lát.
- Nước cốt của 1 quả chanh.
- Muối biển.
- Một nắm ngò.
- Cà chua thái hạt lựu (tùy chọn).
- Bột ớt.

HƯỚNG DẪN:

a) Chỉ cần xay hành tây trong máy xay trong vài giây. Sau đó, thêm phần còn lại của các thành phần hoạt tính và xay cho đến khi edamame được trộn thành các phần lớn.

b) Hãy tận hưởng khi phết lên bánh mì nướng, cho bánh mì sandwich, làm nước chấm hoặc nước sốt pesto!

27. Ly hạt điều matcha

THÀNH PHẦN:

- ⅔ cốc bơ ca cao
- 3/4 cốc bột ca cao
- ⅓ cốc xi-rô phong
- ½ chén bơ hạt điều
- 2 muỗng cà phê bột matcha
- Muối biển

HƯỚNG DẪN:

a) Đổ đầy ⅓ cốc nước vào một cái chảo nhỏ và đặt một cái bát lên trên, đậy nắp chảo. Khi bát nóng, làm tan chảy bơ ca cao bên trong bát. Khi nó đã tan chảy, tắt bếp, cho xi-rô phong và bột ca cao vào khuấy đều trong vài phút cho đến khi sô cô la đặc lại.

b) Sử dụng khay đựng bánh cupcake cỡ trung bình, đổ đầy một thìa hỗn hợp sô cô la vào lớp dưới cùng.

c) Đóng băng trong 15 phút để thiết lập.

d) Lấy sô cô la đông lạnh ra khỏi tủ đông và đổ 1 muỗng canh bột matcha/bơ hạt điều lên trên lớp sô cô la đông lạnh.

e) Rắc muối biển và để yên trong tủ đá trong 15 phút.

28. Chickpea sô cô la lát

THÀNH PHẦN:

- 400 g đậu xanh, rửa sạch, để ráo nước
- 250 g bơ hạnh nhân
- 70 ml xi-rô phong
- 15ml bột vani
- 1 nhúm muối
- 2g bột nở
- 2g muối nở
- 40 g sô cô la chip

HƯỚNG DẪN:

a) Làm nóng lò ở 180° C/350° F.

b) Bôi trơn chảo nướng lớn bằng dầu dừa.

c) Kết hợp đậu xanh, bơ hạnh nhân, xi-rô cây thích, vani, muối, bột nở và muối nở trong máy xay thực phẩm.

d) Xay đến khi mịn. Khuấy một nửa sô cô la chip phết bột vào chảo nướng đã chuẩn bị.

e) Rắc sô cô la chip dành riêng.

f) Nướng trong 45-50 phút hoặc cho đến khi tăm cắm vào sạch sẽ.

g) Để nguội trên giá dây trong 20 phút. Cắt lát và phục vụ.

29. Bánh quy xanh ngọt ngào

THÀNH PHẦN:

- 165 g đậu xanh.
- 80 g quả chà là xắt nhỏ.
- 60 g đậu hủ non, tán nhuyễn.
- 100 g bột hạnh nhân.
- 1 muỗng cà phê bột nở.
- 12 quả hạnh nhân.

HƯỚNG DẪN:

a) Làm nóng lò ở 180° C/350° F.

b) Kết hợp đậu Hà Lan và chà là trong một bộ xử lý thực phẩm.

c) Xử lý cho đến khi hỗn hợp đặc sệt được hình thành.

d) Chuyển hỗn hợp đậu vào một cái bát. Khuấy đậu phụ, bột hạnh nhân và bột nở. Định hình hỗn hợp thành 12 quả bóng.

e) Sắp xếp các quả bóng lên tấm nướng, lót bằng giấy da. Làm phẳng từng quả bóng bằng lòng bàn tay có dầu.

f) Chèn một quả hạnh vào mỗi cookie. Nướng bánh quy trong 25-30 phút hoặc cho đến khi vàng nhẹ.

g) Để nguội trên giá dây trước khi phục vụ.

30. bánh rán protein

THÀNH PHẦN:

- 85 g bột dừa.
- 110 g bột đạm gạo lứt nảy mầm hương vani.
- 25 g bột hạnh nhân.
- 50 g đường thốt nốt.
- 30ml dầu dừa đun chảy.
- 8g bột nở.
- sữa đậu nành 115ml.
- ½ thìa cà phê giấm táo.
- ½ muỗng cà phê bột vani.
- ½ thìa cà phê quế.
- 30ml sốt táo hữu cơ.
- 30 g đường bột dừa.
- 10 g quế.

HƯỚNG DẪN:

Trong một cái bát, kết hợp tất cả các thành phần khô.

a) Trong một bát riêng, đánh sữa với nước sốt táo, dầu dừa và giấm rượu táo.

Gấp các thành phần ướt vào khô và khuấy cho đến khi trộn đều.

b) Làm nóng lò nướng ở nhiệt độ 180° C/350° F và bôi mỡ khuôn bánh rán 10 lỗ.
c) Thìa bột đã chuẩn bị vào chảo bánh rán mỡ.
d) Nướng bánh rán trong 15-20 phút.
e) Trong khi bánh rán vẫn còn ấm, rắc đường dừa và quế. Phục vụ ấm áp.

31. Đậu phụ mè mật ong

THÀNH PHẦN:

- Đậu phụ cực cứng 12 ounce, để ráo nước và vỗ cho khô.
- Dầu hoặc bình xịt nấu ăn.
- 2 muỗng canh nước tương giảm natri hoặc tamari.
- 3 nhánh tỏi, băm nhuyễn.
- 1 thìa mật ong.
- 1 muỗng canh gừng tươi gọt vỏ.
- 1 muỗng cà phê dầu mè nướng.
- 1 pound đậu xanh, cắt nhỏ.
- 2 muỗng canh dầu ô liu.
- ¼ muỗng cà phê hạt tiêu đỏ (tùy chọn).
- Muối kosher.
- Tiêu đen mới xay.
- 1 củ hành vừa, thái lát rất mịn.
- ¼ muỗng cà phê hạt vừng.

HƯỚNG DẪN:

a) Đặt sang một bên trong 10 đến 30 phút. Đánh đều nước tương hoặc tamari, tỏi, mật ong, gừng và dầu mè với nhau trong một bát lớn; để qua một bên.

b) Cắt đậu phụ thành hình tam giác và xếp thành một lớp duy nhất trên một nửa khay nướng đã chuẩn bị. Mưa phùn với hỗn hợp nước tương. Nướng cho đến khi vàng nâu ở phía dưới, 12 đến 13 phút.
c) Xoay đậu phụ. Xếp từng lớp đậu xanh lên nửa còn lại của khay nướng. Rưới dầu ô liu và rắc ớt đỏ lên; Nêm với muối và hạt tiêu.
d) Quay trở lại lò nướng và nướng cho đến khi đậu phụ có màu nâu vàng ở mặt thứ hai, thêm 10 đến 12 phút nữa. Rắc hành lá và hạt vừng và dùng ngay.

32. Maple quả hồ đào thanh bom béo

làm cho 12

THÀNH PHẦN:

- 2 chén Pecan Half
- 1 chén bột hạnh nhân
- ½ chén bột hạt lanh vàng
- ½ chén dừa nạo không đường
- ½ chén dầu dừa
- ¼ cốc xi-rô phong
- ¼ muỗng cà phê Stevia lỏng

HƯỚNG DẪN:

a) Làm nóng lò ở 350°F và nướng nửa con bồ nông trong 5 phút.

b) Lấy hồ đào ra khỏi lò và cho vào túi nhựa. Nghiền nát chúng bằng một cái cán để tạo thành khối.

Trong một bát trộn, kết hợp các nguyên liệu khô Bột hạnh nhân, Bột hạt lanh vàng, Dừa vụn và quả hồ đào nghiền.

Thêm xi-rô cây phong dầu dừa và Stevia lỏng. Kết hợp tất cả các thành phần trong một bát trộn lớn cho đến khi tạo thành một khối bột nhão.

c) Cho bột vào đĩa soong và ấn xuống.

d) Nướng trong 15 phút ở 350F, hoặc cho đến khi các mặt có màu nâu nhẹ.

e) Dùng thìa, cắt thành 12 lát và phục vụ.

33. khai vị súp lơ C

làm cho 8

THÀNH PHẦN:

- 14 ounce Súp lơ trắng , xắt nhỏ
- 3 cọng vừa Hành lá
- 3 ounce Cheddar trắng cắt nhỏ
- ½ chén bột hạnh nhân
- ½ thìa cà phê muối
- 3/4 muỗng cà phê tiêu
- ½ muỗng cà phê hạt tiêu đỏ
- ½ muỗng cà phê Tarragon, khô
- ¼ muỗng cà phê bột tỏi
- 3 muỗng canh dầu ô liu
- 2 muỗng cà phê Hạt Chia

HƯỚNG DẪN:

a) Làm nóng lò ở nhiệt độ 400 độ F.

b) Trong một túi nhựa, kết hợp hoa súp lơ, dầu ô liu, muối và hạt tiêu. Lắc mạnh cho đến khi súp lơ được phủ đều.

c) Đổ bông súp lơ lên khay nướng có lót giấy bạc. Nướng trong 5 phút sau đó.

d) Cho súp lơ đã rang vào máy xay thực phẩm và đập vài lần để phá vỡ nó.

Trong một bát trộn, kết hợp tất cả các thành phần (bột hạnh nhân) cho đến khi tạo thành một hỗn hợp dính.

e) Làm chả từ hỗn hợp súp lơ và phủ chúng trong bột hạnh nhân.

f) Nướng ở nhiệt độ 400°F trong 15 phút hoặc cho đến khi bên ngoài giòn hơn.

g) Lấy ra khỏi lò, để nguội một chút trước khi ăn!

34. Cốc Pizza Seitan

M làm 2

THÀNH PHẦN:

- 1 ounce pho mát kem béo
- 1 ½ cốc phô mai mozzarella sữa nguyên chất
- 1 quả trứng lớn, bị đánh đập
- 1 chén bột hạnh nhân
- 2 muỗng canh bột dừa
- ⅓ chén sốt pizza
- ⅓ chén phô mai cheddar bào nhỏ
- ½ gói seitan hoặc khoảng 4 ounces , thái hạt lựu

HƯỚNG DẪN:

a) Làm nóng lò ở 400 ° F.

b) Kết hợp phô mai kem và mozzarella trong một bát lớn an toàn với lò vi sóng và cho vào lò vi sóng trong 1 phút, khuấy nhiều lần.

c) Cho trứng đã đánh tan và cả hai loại bột vào , khuấy nhanh tay cho đến khi tạo thành một khối tròn. Nhào bằng tay cho đến khi dính nhẹ.

d) Chia bột thành 8 phần. Đặt một mảnh giữa hai tờ giấy da đã bôi mỡ và lăn ra bằng một cái cán.

e) Ấn từng miếng bột vào hộp bánh muffin đã bôi mỡ để tạo thành những cốc bột nhỏ.

f) Nướng trong 15 phút hoặc cho đến khi vàng nâu.

g) Lấy ra khỏi lò và rắc sốt pizza , phô mai cheddar và mì căn lên từng miếng . Quay trở lại lò nướng trong năm phút cho đến khi phô mai tan chảy.

h) Lấy ra khỏi hộp bánh muffin và phục vụ.

35. Seitan nướng và Kabobs rau

Làm cho 4 phần ăn

THÀNH PHẦN:

- ⅓ chén giấm balsamic
- 2 muỗng canh dầu ô liu
- 1 muỗng canh oregano tươi
- 2 tép tỏi, băm nhỏ
- ½ muỗng cà phê muối
- ¼ thìa cà phê tiêu đen mới xay
- Seitan 1 pound, cắt thành khối 1 inch
- 7 ounces' nấm trắng nhỏ
- 2 quả bí nhỏ, cắt thành khối 1 inch
- 1 ớt chuông vàng vừa, cắt thành hình vuông
- R ipe cà chua bi

HƯỚNG DẪN:

a) Chuẩn bị vỉ nướng.

b) Kết hợp giấm, dầu, lá oregano, cỏ xạ hương, tỏi, muối và hạt tiêu đen trong một bát trộn vừa. Lần lượt phủ seitan, nấm, bí xanh, ớt chuông và cà chua.

c) Ướp trong 30 phút ở nhiệt độ phòng, thỉnh thoảng trở mặt.

d) Để ráo và để mì căn và rau, cũng như nước xốt sang một bên.

e) Lắp xiên với mì căn, nấm và cà chua.

f) Đặt các xiên lên vỉ nướng nóng và nấu trong khoảng 10 phút, lật một lần giữa chừng khi nướng.

g) Rưới một lượng nhỏ nước ướp dành riêng lên trên và dùng ngay.

36. Quinoa muffin cắn

làm cho 4

THÀNH PHẦN:

- 1 ½ cốc quinoa đã chuẩn bị
- 2 quả trứng, đánh tan
- ½ chén khoai lang nghiền
- ½ chén đậu đen
- 1 muỗng canh rau mùi xắt nhỏ
- 1 muỗng cà phê thì là
- 1 muỗng cà phê ớt bột
- ½ muỗng cà phê bột tỏi
- ½ thìa cà phê muối
- ⅛ muỗng cà phê tiêu đen
- bình xịt nấu ăn

HƯỚNG DẪN:

a) Làm nóng lò ở nhiệt độ 350 độ F.

Trong một bát trộn lớn, kết hợp tất cả các thành phần và khuấy cho đến khi kết hợp tốt.

b) Sử dụng một muỗng canh, cho hỗn hợp vào hộp bánh muffin và vỗ nhẹ xuống phần trên của mỗi hộp.

c) Nướng trong 15-20 phút, hoặc cho đến khi chín và chắc.

37. Năng lượng cắn PB và J

Làm 13-14 quả bóng

THÀNH PHẦN:

- ½ chén bơ đậu phộng muối mịn
- ¼ chén xi-rô phong
- 2 muỗng canh bột protein
- 1 ¼ chén yến mạch cán không chứa gluten
- 2 ½ muỗng canh bột hạt lanh
- 2 Muỗng canh hạt chia
- ¼ chén trái cây sấy khô

HƯỚNG DẪN:

a) Kết hợp bơ đậu phộng, xi-rô cây thích, bột protein, yến mạch cán mỏng, bột hạt lanh, hạt chia và trái cây khô tùy chọn trong một đĩa trộn lớn.

b) Nếu hỗn hợp quá khô hoặc vụn, hãy thêm bơ đậu phộng hoặc xi-rô phong.

c) Làm lạnh trong 5 phút trong tủ lạnh. Múc 1 ½ muỗng canh và vo thành viên "Bột" nên tạo thành khoảng 13-14 viên.

d) Thưởng thức ngay và bảo quản thức ăn thừa trong hộp kín trong tủ lạnh tối đa một tuần hoặc trong tủ đông tối đa một tháng.

38. Hummus cà rốt nướng

làm cho 2

THÀNH PHẦN:

- 1 lon đậu xanh, rửa sạch và để ráo nước
- 3 củ cà rốt
- 1 tép tỏi
- 1 muỗng cà phê ớt bột
- 1 muỗng canh tahini
- Nước cốt của 1 quả chanh
- 2 muỗng canh dầu ô liu nguyên chất bổ sung
- 6 muỗng canh nước
- ½ muỗng cà phê bột thì là
- muối để hương vị

HƯỚNG DẪN:

a) Làm nóng lò ở nhiệt độ 400 độ F.

b) Rửa và gọt vỏ cà rốt, sau đó cắt thành từng miếng nhỏ và đặt lên đĩa nướng với dầu ô liu, một chút muối và nửa thìa cà phê ớt bột.

c) Nướng trong 35 phút, hoặc cho đến khi cà rốt mềm.

d) Lấy chúng ra khỏi lò và đặt sang một bên để nguội.

e) Chuẩn bị hummus trong khi chúng nguội: rửa và để ráo đậu gà thật kỹ trước khi cho chúng vào máy xay thực phẩm cùng với các thành phần hoạt tính còn lại. Xử lý cho đến khi bạn có một hỗn hợp kết hợp tốt.

f) Sau đó, thêm cà rốt và tỏi và lặp lại quy trình!

39. Ly hạt điều matcha

làm cho 6

THÀNH PHẦN:

- ⅔ chén bơ ca cao , tan chảy
- 3/4 cốc bột ca cao
- ⅓ cốc xi-rô phong
- ½ chén bơ hạt điều
- 2 muỗng cà phê bột matcha
- Muối biển

HƯỚNG DẪN:

a) Trong một bát trộn, làm tan chảy bơ ca cao và khuấy trong xi-rô phong và bột ca cao.

b) Trong một ngăn đựng bánh cupcake cỡ trung bình, múc một thìa hỗn hợp sô cô la vào lớp dưới cùng.

c) Đặt khuôn cupcake vào ngăn đá tủ lạnh 15 phút cho đông lại .

d) Lấy lớp sô cô la đông lạnh ra khỏi tủ đông và múc 1 thìa đầy phủ bột matcha/bơ hạt điều lên trên.

e) Ngay sau khi điều này được hoàn thành, đổ sô cô la tan chảy còn lại lên trên mỗi búp bê, bao phủ mọi thứ.

f) Rắc muối biển.

g) Đặt trong tủ đông trong 15 phút .

40. Đậu phụ mè mật ong

làm cho 12

THÀNH PHẦN:

- Đậu phụ cứng 12 ounce, để ráo nước và vỗ khô
- Xịt dầu hoặc nấu ăn
- 2 muỗng canh nước tương giảm natri
- 3 tép tỏi, băm nhỏ
- 1 thìa mật ong
- 1 muỗng canh gừng tươi gọt vỏ
- 1 muỗng cà phê dầu mè nướng
- 1 pound đậu xanh, tỉa
- 2 muỗng canh dầu ô liu
- ¼ muỗng cà phê hạt tiêu đỏ (tùy chọn)
- Muối kosher
- Tiêu đen mới xay
- 1 củ hành vừa, thái lát rất mịn
- ¼ muỗng cà phê hạt mè

HƯỚNG DẪN:

a) Trong một bát trộn lớn, kết hợp nước tương , tỏi, mật ong, gừng và dầu mè; để qua một bên.

b) Cắt đậu phụ thành hình tam giác và xếp thành một lớp duy nhất trên một mặt của tấm nướng đã được chuẩn bị.

c) Rưới hỗn hợp nước tương lên trên.

d) Nướng trong 12 đến 13 phút, hoặc cho đến khi mặt dưới có màu vàng nâu.

e) Di chuyển đậu phụ xung quanh.

f) Trên nửa còn lại của khay nướng, xếp đậu xanh thành một lớp. Nêm muối và hạt tiêu sau khi rưới dầu ô liu và rắc ớt đỏ.

g) Quay trở lại lò nướng và nướng thêm 10 đến 12 phút nữa hoặc cho đến khi đậu phụ có màu nâu vàng ở mặt thứ hai.

h) Phục vụ ngay với rắc hành lá và hạt vừng.

MÓN CHÍNH

41. Shiitake và C heese burger soong

Làm cho 6 phần ăn

THÀNH PHẦN:

- 1 lb. mì căn
- 4 lạng nấm Shiitake, thái lát
- ½ chén bột hạnh nhân
- 3 chén súp lơ xắt nhỏ
- 1 muỗng canh Hạt Chia
- ½ thìa cà phê bột tỏi
- ½ muỗng cà phê bột hành tây
- 2 muỗng canh đường giảm
- Sốt cà chua
- 1 muỗng canh mù tạt Dijon
- 2 muỗng canh Mayonnaise
- 4 ounce Phô mai Cheddar
- Muối và hạt tiêu cho vừa ăn

HƯỚNG DẪN:

a) Làm nóng lò ở nhiệt độ 350 độ F.

Trong một bát trộn lớn, kết hợp tất cả các nguyên liệu và một nửa số phô mai cheddar.

b) Đổ hỗn hợp vào khay nướng 9x9 có lót giấy da. Sau đó rắc nửa phô mai cheddar còn lại lên trên.

c) Nướng trong 20 phút trên giá trên cùng.

d) Phục vụ với lớp trên bề mặt bổ sung sau khi cắt lát.

42. Thịt hầm Jambalaya nướng

Làm cho 4 phần ăn

THÀNH PHẦN:

- 10 ounces' tempeh
- 2 muỗng canh dầu ô liu
- 1 củ hành vàng vừa, xắt nhỏ
- 1 quả ớt chuông xanh vừa, xắt nhỏ
- 2 tép tỏi, băm nhỏ
- 1 lon (28-ounce) cà chua thái hạt lựu, không để ráo nước
- ½ chén cơm trắng
- 1 ½ chén nước luộc rau
- 1 ½ chén nấu chín hoặc 1 (15,5-ounce) lon đậu đỏ sẫm, để ráo nước và rửa sạch
- 1 muỗng canh mùi tây tươi xắt nhỏ
- 1½ muỗng cà phê gia vị Cajun
- 1 muỗng cà phê cỏ xạ hương khô
- ½ muỗng cà phê muối
- ¼ thìa cà phê tiêu đen mới xay

HƯỚNG DẪN:

a) Làm nóng lò ở nhiệt độ 350 độ F.

b) Nấu tempeh trong 30 phút trong nồi nước sôi vừa. Xả nước và vỗ nhẹ cho khô. Xúc xắc thành khối ½ inch.

c) Đun nóng 1 muỗng canh dầu trong chảo lớn trên lửa vừa. Nấu tempeh trong 8 phút, hoặc cho đến khi tempeh chín vàng cả hai mặt. Đặt tempeh vào đĩa nướng 9 x 13 inch để nguội.

d) Đun nóng 1 muỗng canh dầu còn lại trong cùng một chảo trên lửa vừa. Kết hợp hành tây, ớt chuông và tỏi trong một bát trộn. Nấu, đậy nắp, trong khoảng 7 phút hoặc cho đến khi rau mềm.

e) Quăng hỗn hợp rau với tempeh vào đĩa nướng.

f) Thêm cà chua, chất lỏng, gạo, nước dùng, đậu tây, mùi tây, gia vị Cajun, cỏ xạ hương, muối và hạt tiêu đen. Trộn kỹ, sau đó đậy nắp kín và nướng trong 1 giờ hoặc cho đến khi gạo mềm. Phục vụ ngay.

43. Cà tím và mì ống nhồi Tempeh

Làm cho 4 phần ăn

THÀNH PHẦN:

- 8 ounces' tempeh
- 1 quả cà tím vừa
- 12 vỏ mì lớn
- 1 tép tỏi, nghiền
- ¼ muỗng cà phê cayenne xay
- Muối và hạt tiêu đen mới xay
- Làm khô vụn bánh mì không tẩm gia vị
- 3 chén sốt marinara

HƯỚNG DẪN:

a) Làm nóng lò ở nhiệt độ 450 độ F.

b) Nấu tempeh trong 30 phút trong nồi nước sôi vừa. Xả nước và đặt nó sang một bên để làm mát.

c) Dùng nĩa chọc vào cà tím và nướng cho đến khi mềm, khoảng 45 phút trên chảo nướng có phết mỡ nhẹ.

d) Nấu vỏ mì ống trong nồi nước muối sôi cho đến khi chín, khoảng 7 phút, trong khi cà tím đang rang. Xả nước và xả dưới vòi nước lạnh.

e) Lấy cà tím ra khỏi lò, cắt đôi theo chiều dọc và để ráo nước.

f) Giảm nhiệt độ lò nướng xuống 350 độ F.

g) Xay tỏi trong máy xay thực phẩm cho đến khi tỏi được nghiền mịn. Xung trong tempeh cho đến khi nó được nghiền thô.

h) Cạo cùi cà tím ra khỏi vỏ rồi trộn với tempeh và tỏi trong máy xay thực phẩm. Cho ớt cayenne vào, nêm muối và hạt tiêu cho vừa ăn rồi đập mạch cho hòa quyện. Thêm một ít vụn bánh mì nếu nhân quá lỏng.

i) Trong món nướng đã chuẩn bị, phết một lớp nước sốt cà chua dưới đáy. Cho nhân vào đầy các vỏ ốc cho đến khi đầy nhân.

j) Đổ nước sốt còn lại lên và xung quanh vỏ sò, sau đó xếp chúng lên trên nước sốt.

k) Đậy bằng giấy bạc và nướng trong 30 phút .

l) Mở nắp, rắc Parmesan và nướng thêm 10 phút nữa. Phục vụ ngay.

44. Đậu phụ với sốt đậu và mì

làm cho 4

THÀNH PHẦN:

- 8 ounce mì tươi kiểu Bắc Kinh
- 1 khối đậu phụ cứng 12 ounce
- 3 cọng cải thìa lớn VÀ 2 củ hành lá
- ⅓chén nước tương đen
- 2 muỗng canh sốt đậu đen
- 2 muỗng cà phê rượu gạo Trung Quốc hoặc sherry khô
- 2 muỗng cà phê giấm gạo đen
- ¼ muỗng cà phê muối
- ¼ muỗng cà phê tương ớt với tỏi
- 1 muỗng cà phê dầu ớt nóng
- ¼ muỗng cà phê dầu mè
- ½ cốc nước
- 2 muỗng canh dầu để xào
- 2 lát gừng, băm nhỏ
- 2 tép tỏi, băm nhỏ
- ¼ củ hành tím, xắt nhỏ

HƯỚNG DẪN:

a) Đun sôi mì và nấu cho đến khi mềm. Xả nước hoàn toàn. Cắt đậu phụ thành khối .

b) Luộc cải ngọt bằng cách ngâm trong nước sôi vài giây rồi để ráo hoàn toàn.

c) Kết hợp nước tương đen, nước sốt đậu đen, rượu gạo Konjac, giấm gạo đen, muối, tương ớt với tỏi, dầu ớt nóng, dầu mè và nước trong một bát trộn lớn.

d) Đun nóng dầu trong chảo hoặc chảo đã được làm nóng trước. Cho gừng, tỏi và hành lá vào dầu đã đun nóng. Xào trong vài phút, cho đến khi có mùi thơm. Thêm hành tím và xào nhanh. Đẩy sang hai bên và thêm các cọng cải thìa .

e) Cho lá vào xào cho đến khi cải ngọt có màu xanh tươi và hành mềm.

f) Đun sôi nước sốt ở giữa chảo. Cho đậu phụ vào. Để đậu phụ thấm nước sốt bằng cách đun nhỏ lửa trong vài phút. Cho mì vào.

g) Kết hợp mọi thứ và phục vụ ngay lập tức.

45. Đậu phụ kiểu Cajun

Làm cho 4 phần ăn

THÀNH PHẦN:

- 1 pound đậu phụ siêu cứng, để ráo nước và vỗ cho khô
- Muối
- 1 muỗng canh cộng với 1 muỗng cà phê gia vị Cajun
- 2 muỗng canh dầu ô liu
- ¼ chén ớt chuông xanh băm nhỏ
- 1 muỗng canh cần tây băm nhỏ
- 2 muỗng canh hành lá băm nhỏ
- 2 tép tỏi, băm nhỏ
- 1 (14,5-ounce) lon cà chua thái hạt lựu, để ráo nước
- 1 muỗng canh nước tương
- 1 muỗng canh mùi tây tươi băm nhỏ

HƯỚNG DẪN:

a) Cắt đậu phụ thành lát dày ½ inch và nêm muối và 1 muỗng canh gia vị Cajun ở mỗi bên.

b) Đun nóng 1 muỗng canh dầu trong chảo nhỏ trên lửa vừa. Thêm cần tây và ớt chuông.

c) Nấu trong 5 phút.

d) Thêm cà chua, nước tương, rau mùi tây và 1 thìa cà phê hỗn hợp gia vị Cajun còn lại, cũng như muối và hạt tiêu cho vừa ăn. Đặt sang một bên sau khi đun sôi trong 10 phút.

e) Đun nóng 1 muỗng canh dầu còn lại trong chảo lớn trên lửa vừa và cao. Nấu đậu phụ trong 10 phút, hoặc cho đến khi đậu phụ chín vàng cả hai mặt. Nấu trong 5 phút sau khi thêm nước sốt.

f) phục vụ ngay lập tức

46. Mì Zucchini với Parmesan

làm cho 2

THÀNH PHẦN:

- 2 bí xanh vừa
- 2 muỗng canh bơ
- 3 tép tỏi lớn, băm nhỏ
- 3/4 cốc Parmesan cheese
- ¼ muỗng cà phê ớt đỏ li

HƯỚNG DẪN:

a) Cắt zucchini thành hình xoắn ốc hoặc sợi mì bằng máy cắt rau củ hoặc máy gọt vỏ thái sợi. Đặt mì sang một bên.
b) Đun nóng chảo lớn trên lửa vừa cao. Đun chảy bơ, sau đó thêm tỏi. Nấu tỏi cho đến khi có mùi thơm và trong mờ, khoảng 30 giây.
c) Thêm mì zucchini và nấu cho đến khi mềm, khoảng 3-5 phút.
d) Lấy chảo ra khỏi bếp, thêm phô mai parmesan và nêm thêm muối và hạt tiêu cho vừa ăn.
e) Thêm ớt l i mảnh sau đó phục vụ ấm áp.

47. Bát phật hạt diêm mạch

làm cho 2

THÀNH PHẦN:

ĐẬU XANH:

- 1 chén đậu xanh khô.
- ½ muỗng cà phê muối biển.

QUINOA:

- 1 muỗng canh dầu ô liu, dầu hạt nho hoặc bơ (hoặc dừa).
- 1 chén quinoa trắng (rửa kỹ).
- 1 3/4 cốc nước.
- 1 nhúm muối biển tốt cho sức khỏe.

CẢI XOĂN:

- 1 gói lớn cải xoăn xoăn

SỐT TAHINI:

- ½ chén tahini.
- ¼ muỗng cà phê muối biển.
- ¼ muỗng cà phê bột tỏi.
- ¼ cốc nước.

PHỤC VỤ:

- nước cốt chanh tươi.

HƯỚNG DẪN:

a) Ngâm đậu gà qua đêm trong nước mát hoặc sử dụng phương pháp ngâm nhanh: Cho đậu gà đã rửa sạch vào một cái nồi lớn và đổ nước ngập 2 inch. Để ráo nước, rửa sạch và cho trở lại nồi.

b) Để nấu đậu gà đã ngâm, cho vào nồi lớn và đổ nước ngập 2 inch. Đun sôi trên lửa lớn, sau đó giảm lửa nhỏ, thêm muối và khuấy đều, nấu không đậy nắp trong 40 phút - 1 giờ 20 phút.

c) Hãy nếm thử hạt đậu sau 40 phút để xem chúng mềm như thế nào. Sau khi chuẩn bị xong, vớt đậu ra để ráo nước và rắc thêm một chút muối.

d) Chuẩn bị nước xốt bằng cách cho tahini, muối biển và bột tỏi vào một bát trộn nhỏ và đánh đều để hòa quyện. Sau đó, thêm nước từng chút một cho đến khi nó tạo thành một loại nước sốt có thể đổ được.

e) Thêm nước ½ inch vào chảo vừa và đun sôi trên lửa vừa. Ngay lập tức loại bỏ cải xoăn khỏi nhiệt và chuyển sang một món ăn nhỏ để phục vụ.

48. Bún đậu hủ

THÀNH PHẦN:

- ½ quả dưa chuột lớn.
- 100 ml giấm gạo đỏ.
- 2 muỗng canh đường vàng.
- 100ml dầu ăn.
- 200 g đậu phụ gói công ty, cắt miếng vuông 3 cm.
- 2 muỗng canh xi-rô phong.
- 4 muỗng canh tương miso nâu hoặc trắng.
- 30g vừng trắng.
- 250 g mì soba khô.
- 2 củ hành tây, cắt nhỏ, để phục vụ.

HƯỚNG DẪN:

a) Sử dụng dụng cụ gọt vỏ, cắt những dải ruy băng mỏng ra khỏi dưa chuột, để lại hạt. Đặt các dải ruy băng vào một cái bát và đặt sang một bên. Đun nóng nhẹ giấm, đường, ¼ thìa cà phê muối và 100ml nước trong chảo trên lửa vừa trong 3-5 phút cho đến khi đường hóa lỏng, sau đó đổ lên dưa chuột và để ngâm trong tủ lạnh trong khi bạn chuẩn bị đậu phụ.

b) Đun nóng tất cả trừ 1 muỗng canh dầu trong chảo chống dính lớn trên lửa vừa cho đến khi bong bóng bắt đầu nổi lên trên bề mặt. Thêm đậu phụ và chiên trong 7-10 phút .

c) Trong một cái bát nhỏ, trộn mật ong và miso với nhau. Trải hạt mè ra đĩa. Phết nước sốt mật ong dính lên đậu phụ chiên và để phần thừa sang một bên. Bọc đều đậu phụ trong hạt, rắc một chút muối và để ở nơi ấm áp.

d) Chuẩn bị mì và trộn với phần dầu còn lại, nước sốt còn lại và 1 muỗng canh nước ngâm dưa chuột. Nấu trong 3 phút cho đến khi ấm qua.

49. Cá thu nướng sốt cam Gremolata

Máy chủ 4

THÀNH PHẦN:

- 4 miếng phi lê cá thu, còn da
- Dầu ô liu, để nướng
- Nước ép của 1 quả cam nhỏ
- 4 nhánh hương thảo, cắt làm đôi
- Đối với sốt gremolata màu cam
- 100ml dầu ô liu
- 2 tép tỏi, bóc vỏ và thái nhỏ
- Vỏ và nước ép của 1 quả cam nhỏ
- 2 muỗng canh rau mùi tây phẳng xắt nhỏ
- Muối biển và hạt tiêu đen mới xay

hướng dẫn:

a) Làm nóng lò nướng ở mức trung bình cao. Lót chảo nướng bằng giấy bạc.

Để làm nước sốt cam gremolata, hãy cho tất cả các nguyên liệu làm nước sốt vào một cái bát và nêm muối và tiêu. Trộn đều, sau đó đặt sang một bên.

b) Sử dụng một con dao sắc nhọn, rạch da trên miếng phi lê cá thu, sau đó đặt chúng lên chảo nướng đã chuẩn bị sẵn, mặt da úp xuống. Rưới dầu ô liu lên từng miếng phi lê, thêm một vắt nước cam và rải nhánh hương thảo lên trên.

c) Đặt chảo dưới vỉ nướng và nấu cá trong 1–2 phút trước khi lật lại và nấu thêm 4–5 phút nữa hoặc cho đến khi da giòn và thịt cá có màu đục.

d) Chuyển cá ra đĩa và dùng muỗng rưới sốt gremolata lên, trước khi ăn kèm với salad xanh lớn và nhiều bánh mì giòn nóng.

50. Cà ri cá và đậu bắp Malaysia

Máy chủ 4

THÀNH PHẦN:

- 2 muỗng canh dầu thực vật
- 1 củ hành tây, bóc vỏ và thái hạt lựu
- 3 tép tỏi, bóc vỏ và thái nhỏ
- 3cm củ gừng tươi, gọt vỏ và bào mịn
- 1 quả ớt đỏ dài, bỏ hạt nếu bạn muốn ăn nhẹ hơn, thái nhỏ
- 1 muỗng cà phê mắm tôm Thái
- 1 thìa cà phê bột nghệ
- 2 quả cà chua, xắt nhỏ 250ml nước dùng cá
- 400ml cốt dừa
- 1 lá chanh kaffir
- 2 muỗng cà phê sả chanh
- 1 muỗng cà phê đường cọ dừa
- 1 muỗng canh bột me
- 650g phi lê cá thầy tu
- 200g đậu bắp

- 2 muỗng canh rau mùi xắt nhỏ

hướng dẫn:

a) Đặt một chảo chống dính lớn trên lửa vừa và cao và thêm dầu. Khi nóng, thêm hành tây và nấu trong 2–3 phút hoặc cho đến khi mềm.

b) Thêm tỏi, gừng và ớt, nấu trong 2 phút trước khi thêm mắm tôm và bột nghệ.

c) Khuấy trong 1 phút hoặc cho đến khi có mùi thơm, sau đó thêm cà chua, nước dùng cá, nước cốt dừa, lá chanh kaffir, bột sả, đường thốt nốt và bột me. Khuấy đều, đun sôi và đun nhỏ lửa trong 10–12 phút.

d) Trong khi đó, cắt cá monkfish thành từng khúc 3–5 cm. Cắt nhỏ đậu bắp và cắt đôi mỗi quả theo một góc.

e) Thêm đậu bắp vào chảo và nấu trong 2 phút, sau đó thêm cá monkfish và nấu thêm 5–6 phút hoặc cho đến khi chín hẳn.

f) Lấy chảo ra khỏi bếp, cho rau mùi vào đảo đều và dọn ra bát với cơm basmati hoặc Pilaf Saffron thơm.

51. Bít tết cá ngừ với sốt chanh bảo quản

phục vụ 2

THÀNH PHẦN:

- 2 x 200g bít tết cá ngừ
- 1 muỗng canh dầu ô liu
- Đối với couscous chanh được bảo quản
- 100g hạt bí
- Nhụy nghệ tây
- ½ quả chanh được bảo quản, thái nhỏ
- 150ml nước dùng rau củ
- ¼ quả dưa chuột
- 2 muỗng canh lá rau mùi
- 2 thìa lá bạc hà
- 1 hộp x 400g đậu xanh, để ráo nước và rửa sạch
- 2 muỗng canh dầu ô liu nguyên chất
- Nước chanh, để hương vị
- Muối biển và hạt tiêu đen mới xay
- Phục vụ
- ½ thìa cà phê sumac
- nêm chanh

hướng dẫn:

a) Đặt couscous vào một cái bát cách nhiệt. Sử dụng chày và cối, nghiền nghệ tây thành bột, sau đó cho vào một cái chảo nhỏ với nước cốt chanh và rau đã bảo quản. Đun sôi và đổ qua couscous. Khuấy đều, đậy bát bằng màng bọc thực phẩm và để yên trong 5–10 phút.

b) Trong khi đó, thái nhỏ dưa chuột và thái nhỏ các loại rau thơm.

c) Khám phá món couscous và dùng nĩa xới tung nó lên. Thêm dưa chuột, rau thơm, đậu xanh, dầu ôliu nguyên chất và một ít nước cốt chanh. Trộn đều và nêm muối và hạt tiêu. Để qua một bên.

d) Đặt một chảo chống dính lớn trên lửa vừa-cao. Rưới dầu ô liu lên miếng bít tết cá ngừ và nêm muối và tiêu cho cả hai mặt. Khi chảo nóng, thêm cá ngừ và nấu trong 2 phút cho mỗi bên.

e) Múc couscous ra đĩa và đặt cá ngừ lên trên. Rắc thì du lên từng đĩa và ăn kèm với chanh và salad xanh.

52. Cá tráp nướng với thì là, cà rốt và chanh

phục vụ 2

THÀNH PHẦN:

- 1 củ cà rốt lớn
- 2 củ thì là
- 2 muỗng canh dầu ô liu
- Vỏ và nước cốt của 1 quả chanh
- 2 miếng phi lê cá tráp 120g
- 1 muỗng cà phê phấn hoa thì là (tùy chọn)
- Muối biển và hạt tiêu đen mới xay

hướng dẫn:

a) Làm nóng lò ở nhiệt độ 200°C/quạt 180°C/Khí 6.

b) Cắt hai miếng giấy nướng có kích thước khoảng 35 x 40 cm, và gấp đôi mỗi miếng theo chiều dọc.

c) Gọt vỏ cà rốt và sử dụng máy gọt vỏ mandolin hoặc rau củ để cắt thành những dải ruy băng mịn. Cắt nhỏ thì là, để lại bất kỳ lá nào và thái nhỏ củ thành dải ruy băng.

d) Chia rau giữa hai miếng giấy nướng, đặt chúng ở bên phải của nếp gấp. Đổ một thìa dầu lên trên, sau đó rắc bất kỳ loại lá dành riêng nào và vỏ chanh.
e) Dùng dao sắc khứa da cá tráp, sau đó đặt một miếng phi lê cá lên trên các loại rau, mặt da úp lên trên và nêm muối và tiêu. Vắt nước cốt chanh lên từng miếng phi lê, sau đó rắc phấn hoa thì là (nếu dùng).
f) Gấp giấy nướng lên trên cá và dán các cạnh dài lại với nhau bằng cách gấp chúng lên nhau. Xoắn các đầu và nhét chúng vào bên dưới. Đặt các gói lên khay nướng và đặt lên ngăn trên cùng của lò nướng trong 8–10 phút hoặc cho đến khi cá chín hẳn.
g) Dọn cá tráp trong túi giấy với khoai tây mới và salad xanh.

53. Tỏi và ớt tôm

phục vụ 2

THÀNH PHẦN:

- 4 muỗng canh dầu ô liu
- 6 tép tỏi, bóc vỏ và thái nhỏ
- 1 quả ớt đỏ, bỏ hạt nếu bạn muốn ăn nhẹ hơn, thái nhỏ
- Một nhúm ớt mảnh (không bắt buộc)
- 600g tôm sú sống
- rượu sherry manzanilla 80ml
- 1 muỗng cà phê nước ép cà chua
- 200g cà chua bi, cắt làm tư
- 25g bơ, cắt miếng vuông 1cm
- 2 muỗng canh lá mùi tây xắt nhỏ
- Muối biển và hạt tiêu đen mới xay

hướng dẫn:

a) Đặt một chảo chống dính lớn trên lửa vừa và cao và thêm dầu. Khi nóng, thêm tỏi, ớt và mảnh ớt (nếu sử dụng) và khuấy nhẹ trong 1 phút.
b) Thêm tôm và nấu cho đến khi có màu hồng ở một bên. Lật từng con tôm lại và thêm rượu sherry, cà chua nghiền và cà chua bi. Nấu trong 1–2 phút hoặc cho đến khi toàn bộ tôm có màu hồng thì chuyển tôm ra đĩa. Tiếp tục nấu hỗn hợp trong chảo thêm 2–3 phút nữa, cho đến khi cà chua mềm.
c) Cho tôm trở lại chảo, cho bơ và mùi tây vào đảo đều, nêm nếm cho vừa ăn. Ăn kèm với salad xanh và một ít bánh mì giòn để chấm nước sốt thơm ngon.

54. Cá vược nướng kiểu Trung Quốc

phục vụ 2

THÀNH PHẦN:

- 4 pak choi baby, cắt làm đôi theo chiều dọc
- 125g đậu xanh mịn đã tách vỏ
- 100g bắp non, loại lớn hơn cắt đôi theo chiều dài
- 2 x 180g phi lê cá vược, còn da
- 5 cm miếng gừng tươi, gọt vỏ và thái chỉ
- 2 tép tỏi, bóc vỏ và thái nhỏ
- 1 quả ớt đỏ dài, bỏ hạt nếu bạn muốn ăn nhẹ hơn, thái lát mỏng
- ½ muỗng cà phê bột ngô
- 2 muỗng canh nước tương
- 1 muỗng canh dầu hào
- 1 muỗng canh dầu mè, cộng thêm để phục vụ
- 4 muỗng canh rượu gạo Thiệu Hưng

- Một nhúm tiêu trắng xay
- gạo Jasmine, để phục vụ

hướng dẫn:

a) Làm nóng lò ở nhiệt độ 220°C/quạt 200°C/Khí 7.

b) Cắt hai miếng giấy nướng có kích thước khoảng 35 x 40 cm, và gấp đôi mỗi miếng theo chiều dài. Đặt pak choi ở bên phải của mỗi nếp gấp. Đặt đậu lên trên, sau đó đặt ngô lên trên đậu.

c) Cắt từng miếng phi lê cá vược làm đôi ở giữa và đặt hai nửa, chồng lên nhau một chút, lên trên rau.

d) Rắc gừng, tỏi và ớt lên cá.

e) Cho bột ngô vào bát với nước tương và trộn cho đến khi kết hợp tốt. Thêm dầu hào, dầu mè, rượu gạo và tiêu trắng và trộn lại. Rưới hỗn hợp lên mình cá.

f) Gấp giấy nướng lên cá và dán các cạnh lại với nhau bằng cách gấp chúng lên nhau. Xoắn các đầu và nhét chúng vào bên dưới. Đặt các gói lên khay nướng và đặt lên ngăn trên cùng của lò nướng trong 15 phút.

g) Đặt các gói trên hai đĩa phục vụ, mở chúng ra và rưới thêm một ít dầu mè trước khi dùng với cơm hoa nhài.

55. Tôm muối tiêu hồng sốt Mayonnaise chanh

Máy chủ 4

THÀNH PHẦN:

- 1 muỗng canh hạt tiêu hồng
- ½ muỗng cà phê muối biển
- Vỏ và nước cốt của 2 quả chanh
- 3 muỗng canh dầu ô liu
- 500g tôm càng xanh bóc vỏ
- 1 muỗng canh rau mùi xắt nhỏ
- Đối với sốt mayonnaise chanh
- 100g sốt mayone
- Nước cốt của 1 quả chanh

hướng dẫn:

a) Sử dụng chày và cối, nghiền hạt tiêu và muối thành bột thô.

b) Cho vỏ chanh và nước ép vào một bát lớn, sau đó cho dầu ô liu và hỗn hợp tiêu hồng vào khuấy đều.

c) Cho tôm vào và dùng tay sạch đảo nhẹ nhàng cho đến khi tôm được phủ đều.
d) Trộn sốt mayonnaise và nước cốt chanh với nhau trong một bát nhỏ.
e) Đặt một chảo chống dính lớn trên lửa vừa-cao và khi thật nóng, cho tôm vào. Nấu trong 2–3 phút, khuấy thường xuyên cho đến khi tất cả tôm có màu hồng và chín đều.
f) Gắp tôm ra đĩa, rắc rau mùi và dùng ngay với xốt mayonnaise chanh và xà lách xanh lớn.

56. Cá tuyết nướng với Saffron Mayonnaise

Máy chủ 4

THÀNH PHẦN:

- 300g bông cải xanh non
- 4 x 200g phi lê cá tuyết, đã lột da và rút xương
- 1 muỗng canh lá húng tây
- 2 muỗng canh dầu ô liu nguyên chất
- Vỏ và nước ép của ½ quả cam
- 1 quả chanh, cắt thành nêm
- Đối với sốt mayonnaise nghệ tây
- Nhụy nghệ tây
- 1 muỗng canh nước sôi
- 2 lòng đỏ trứng
- 2 tép tỏi nhỏ, bóc vỏ và nghiền nát
- 1 muỗng canh mù tạt Dijon
- 80ml dầu ô liu
- 80ml dầu thực vật
- Nước chanh, để hương vị
- Muối biển và hạt tiêu đen mới xay

hướng dẫn:

a) Làm nóng lò ở nhiệt độ 200°C/quạt 180°C/Khí 6.

b) Sử dụng chày và cối, nghiền nghệ tây thành bột, sau đó thêm nước sôi và để yên.

c) Đặt bông cải xanh vào một khay nướng lớn và đặt phi lê cá tuyết lên trên, mặt da úp xuống. Rắc húng tây, muối và hạt tiêu, sau đó rưới dầu ô liu lên trên. Thêm một ít vỏ cam vào mỗi miếng cá tuyết.

d) Đặt khay vào lò nướng trên giá cao trong 10–15 phút hoặc cho đến khi cá chín và bông cải xanh hơi cháy.

e) Trong khi đó, làm sốt mayonnaise. Cho lòng đỏ trứng, tỏi và mù tạt vào tô. Đánh đều, sau đó đổ hai loại dầu vào bát theo dòng chảy nhẹ nhàng trong khi đánh liên tục. Thêm nước nghệ tây và một chút muối và hạt tiêu và đánh lại. Thêm nước cốt chanh để hương vị.

f) Lấy cá tuyết ra khỏi lò và vắt qua nước cam. Để yên trong 2–3 phút, sau đó dọn ra đĩa với một lượng lớn xốt mayonnaise nghệ tây và một lát chanh.

57. Bánh mì gà nghệ tây với sữa chua bạc hà

phục vụ 2

THÀNH PHẦN:

- Nhụy nghệ tây
- 1 muỗng canh nước sôi
- 500g đùi gà không xương, không da
- 2 tép tỏi, bóc vỏ và nghiền nát
- 1 muỗng cà phê lá húng tây
- Vỏ của 1 quả chanh
- 4 muỗng canh sữa chua Hy Lạp
- 1 củ hành tím, bóc vỏ và cắt thành 8 múi
- 2 cái bánh mì
- 2 nắm lớn lá xà lách trộn
- 140g cà chua bi, cắt đôi
- 2 muỗng canh hành tây chiên giòn (có sẵn trong siêu thị), **ĐỂ PHỤC VỤ (TÙY CHỌN)**
- Đối với sữa chua bạc hà
- 150g sữa chua Hy Lạp
- Một ít lá bạc hà, thái nhỏ
- Nước chanh, để hương vị

HƯỚNG DẪN:

a) Ngâm 4 xiên tre trong nước ít nhất 30 phút. Làm nóng lò ở nhiệt độ 240°C/quạt 220°C/Khí 9.

b) Sử dụng chày và cối, nghiền nghệ tây thành bột, sau đó tráng qua nước sôi và để yên.

c) Cắt thịt gà thành từng miếng 5cm và cho vào tô cùng với tỏi, húng tây, vỏ chanh và sữa chua. Nêm muối và hạt tiêu, thêm nước nghệ tây và trộn đều.

d) Xiên các miếng thịt gà lên xiên, xen kẽ chúng với hành tím. Đặt lên khay nướng chống dính và đặt lên giá cao trong lò nướng trong 12 phút.

e) Trong khi đó, làm sữa chua bạc hà. Kết hợp sữa chua với bạc hà, thêm nước chanh để nếm và nêm một chút muối và hạt tiêu. Đặt sang một bên cho đến khi cần thiết.

f) Đặt bánh mì dẹt lên khay nướng và đặt ở đáy lò để làm ấm trong vài phút.

g) Làm nóng lò nướng trước. Khi gà đã nấu được 12 phút, đặt gà dưới vỉ nướng và nấu thêm 3–4 phút nữa cho đến khi chín vàng và chín đều.

h) Đặt bánh mì dẹt ra đĩa và phết một ít sữa chua bạc hà vào giữa. Thêm một ít lá xà lách vào mỗi loại và chia cà chua ra giữa chúng. Cho các xiên đã nướng chín lên trên và rắc hành phi lên trên để thưởng thức.

58. Khay nướng gà Ma-rốc

Máy chủ 4

THÀNH PHẦN:

- 200g cà rốt non
- 2 củ hành tím, bóc vỏ và cắt thành 8 múi
- 2 muỗng canh dầu ô liu
- 2 muỗng canh ras-el-hanout
- 200ml nước dùng gà
- 150g nước sốt
- 4 ức gà, còn da
- 2 bí xanh
- 1 hộp x 400g đậu xanh, để ráo nước và rửa sạch
- 50ml nước
- 4 muỗng canh rau mùi xắt nhỏ
- Nước chanh, để hương vị
- 15g hạt dẻ cười, xắt nhỏ
- Muối biển và hạt tiêu đen mới xay
- Cánh hoa hồng, để phục vụ (tùy chọn)

Làm nóng lò ở nhiệt độ 220°C/quạt 200°C/Khí 7.

HƯỚNG DẪN:

a) Cà rốt non rửa sạch, cắt đôi những củ lớn hơn theo chiều dọc. Đặt trong một khay nướng lớn với hành tây. Rưới 1 muỗng canh dầu ô liu và rắc lên trên 1 muỗng canh ras-el-hanout cho đến khi phủ đều. Đặt trong lò nướng trong 10 phút.

b) Đổ nước dùng gà vào một cái chảo nhỏ, đặt trên lửa vừa và cao và đun sôi. Cho couscous vào một cái bát với một ít muối và hạt tiêu. Đổ nước dùng nóng lên trên, dùng màng bọc thực phẩm bọc lại và đặt sang một bên để hấp thụ chất lỏng.

c) Dùng dao sắc khía lên da gà, sau đó nêm muối và hạt tiêu và rắc lên trên ½ muỗng canh ras-el-hanout.

d) Cắt từng miếng bí xanh thành các phần tư theo chiều dài và sau đó thành các đoạn dài 5 cm, sau đó rắc ½ muỗng canh ras-el-hanout còn lại. Lấy khay ra khỏi lò và thêm bí và đậu xanh. Đặt ức gà lên trên và rưới một thìa dầu ô liu còn lại lên trên. Thêm nước vào đáy chảo và cho vào lò nướng trên giá cao trong 15 phút.

e) Trong khi đó, mở couscous ra và dùng nĩa xới lên. Khuấy rau mùi, sau đó thêm nước cốt chanh và muối và hạt tiêu cho vừa ăn.

f) Lấy khay nướng ra khỏi lò và rắc hạt dẻ cười và cánh hoa hồng (nếu dùng). Mang đến bàn và phục vụ ngay từ khay.

59. Gà Buffalo và sốt phô mai xanh

phục vụ 2

THÀNH PHẦN:

- 8 miếng phi lê gà nhỏ
- 300ml bơ sữa
- 1½ muỗng cà phê hạt tỏi
- 1½ thìa cà phê bột hành
- 1 muỗng cà phê cỏ xạ hương khô ½ muỗng cà phê ớt cayenne
- Dầu thực vật, để chiên
- 150g bột mì
- 80ml sốt cánh đỏ
- Muối biển và hạt tiêu đen mới xay
- cho băng
- 50g sữa chua Hy Lạp
- 50g kem chua
- 1 muỗng canh sốt mayonaise
- 35g phô mai xanh, vụn

- Vắt nước cốt chanh
- 2 chút nước sốt Worrouershire
- Phục vụ
- Các cọng cần tây
- Lá rau diếp ngọc nhỏ

hướng dẫn:
a) Làm nóng lò ở nhiệt độ 140°C/quạt 120°C/Khí 1.
b) Cho thịt gà vào tô cùng với bơ sữa, hạt tỏi, bột hành tây, húng tây, ớt cayenne và một chút muối và hạt tiêu. Trộn đều.
c) Đun nóng một phần ba lượng dầu trong chảo lớn đến 190°C hoặc cho đến khi một khối bánh mì chín vàng trong 25 giây. Trong khi đó, trộn tất cả các thành phần thay đồ với nhau. Nêm nếm gia vị.
d) Cho bột mì vào tô nông, thêm chút muối và tiêu trộn đều. Lấy một miếng phi lê nhỏ ra khỏi nước xốt, giữ càng nhiều bơ sữa càng tốt và phủ một lớp bột mì. Chuyển sang đĩa trong khi bạn lặp lại bước này với 3 miếng phi lê nữa.
e) Khi dầu đã đạt đến nhiệt độ, cẩn thận thêm phi lê đã tráng và nấu trong 4–5 phút hoặc cho đến khi có màu vàng nâu đậm và chín hẳn. Để ráo nước trên giấy bếp, sau đó chuyển sang khay nướng và đặt vào lò nướng để giữ ấm.
f) Bột phi lê gà còn lại trong khi bạn đưa dầu trở lại nhiệt độ. Khi đủ nóng, cẩn thận cho phi lê vào và nấu trong 4–5 phút. Để ráo nước trên giấy ăn, sau đó giữ ấm với các miếng phi lê khác.
g) Đổ sốt Red Hot Wings và nước sốt phô mai xanh vào bát phục vụ, và phục vụ cùng với gà với cần tây và rau diếp.

60. Tỏi hoang dã Thổ Nhĩ Kỳ Kievs

phục vụ 2

THÀNH PHẦN:

- 100g bơ, để mềm
- 2 muỗng canh tarragon xắt nhỏ
- Vỏ của ½ quả chanh
- 2 tép tỏi nhỏ, bóc vỏ và nghiền nát
- Một nắm lớn tỏi hoang dã, đại khái băm nhỏ
- 1 quả trứng
- 50g bột mì
- 50ml sữa
- 75g vụn bánh mì panko
- 1 muỗng canh rau mùi tây phẳng hoặc thì là
- Thang cuốn gà tây 4 x 100g
- 150g đậu xanh mịn đã tách vỏ
- Dầu thực vật, để chiên
- Muối biển và hạt tiêu đen mới xay

hướng dẫn:

a) Cho bơ, ngải giấm, vỏ chanh, tỏi và tỏi rừng vào máy xay thực phẩm nhỏ. Nêm một ít muối và hạt tiêu và trộn cho đến khi kết hợp tốt.

b) Cho trứng, bột mì và sữa vào một cái bát nông và trộn đều để tạo thành bột.
c) Trộn vụn bánh mì panko với rau mùi tây trong một cái bát nông thứ hai.
d) Đặt 2 thang cuốn lên một miếng màng dính sao cho chúng hơi chồng lên nhau. Đập nhẹ chúng bằng cây cán bột để chúng dính lại với nhau và tạo độ dày đều cho miếng thịt.
e) Đặt một nửa số bơ tỏi hoang dã lên một nửa của thang cuốn đã nối, để lại một đường viền 1,5 cm xung quanh nó. Phết một ít bột xung quanh các cạnh, sau đó gấp thang cuốn lên trên bơ tỏi và ấn xuống để bịt kín. Lặp lại bước 4 và 5 với thang cuốn còn lại.
f) Nhúng từng Kiev vào bột, đảm bảo chúng được phủ đều, sau đó phủ vụn bánh mì panko. Đặt chúng vào tủ lạnh trong 5 phút.
g) Trong khi đó, nấu đậu xanh trong nước sôi có muối cho đến khi mềm. Xả và giữ ấm cho đến khi cần thiết.
h) Đặt chảo xào trên lửa vừa và cao và thêm dầu sâu 2cm. Khi nóng, cẩn thận đặt từng miếng Kiev vào dầu và nấu trong 3–4 phút cho mỗi mặt hoặc cho đến khi chín vàng và chín đều. Để ráo nước trên giấy bếp và dùng ngay với đậu xanh.

61. Gà gừng kiểu Trung Quốc với cơm tỏi

Máy chủ 4

THÀNH PHẦN:

- 4 ức gà, còn da
- 4cm củ gừng tươi, gọt vỏ và thái chỉ
- 6 củ hành lá – 4 củ tỉa và cắt làm đôi; 2, chỉ lấy phần xanh, thái nhỏ, để dùng
- 500ml nước dùng gà
- 2 muỗng canh rượu gạo Thiệu Hưng
- 1 muỗng canh nước tương nhạt Muối biển
- Đối với cơm tỏi
- 260g gạo tẻ
- 1 muỗng canh dầu thực vật
- 1 muỗng canh dầu mè
- 3 tép tỏi lớn, bóc vỏ và thái nhỏ
- 500ml nước dùng gà Một nhúm tiêu trắng xay

hướng dẫn:

a) Làm nóng lò ở nhiệt độ 200°C/quạt 180°C/Khí 6.

b) Loại bỏ da khỏi ức gà và cạo sạch mỡ thừa bằng dao sắc. Nêm muối cả hai mặt của da và đặt lên khay nướng. Đặt một khay nướng khác lên trên để giữ cho da phẳng và cho vào lò nướng trong 12–15 phút hoặc cho đến khi vàng và giòn. Đặt sang một bên để làm mát.

c) Cho ức gà, gừng, nửa củ hành lá và 500ml nước dùng gà vào nồi, đun trên lửa lớn và đun sôi.

d) Trong khi đó, rửa gạo hoa nhài ba lần và để ráo nước. Đun nóng dầu thực vật và dầu mè trong chảo, sau đó thêm tỏi và nấu trong 2 phút. Cho gạo, 500ml nước dùng gà và hạt tiêu vào đun sôi. Đậy nắp chảo, giảm lửa nhỏ và đun trong 5–8 phút hoặc cho đến khi cơm chín.

e) Khi chảo gà sôi, giảm nhiệt và đun nhỏ lửa trong 5 phút. Lấy gà ra khỏi chảo và đặt sang một bên để nghỉ ngơi. Bỏ hành lá, sau đó nhanh chóng đun sôi nước dùng trở lại. Thêm rượu Thiệu Hưng và nước tương và nấu thêm 5 phút nữa.

f) Múc cơm ra bát, sau đó cắt miếng thịt gà và đặt lên trên. Múc nước dùng lên trên và trang trí với hành lá. Rắc một miếng da gà trên mỗi bát để phục vụ.

62. Đùi gà chiên giòn sốt Romesco

phục vụ 2

THÀNH PHẦN:

- 4 cái đùi gà, bỏ xương và da
- 2 muỗng canh dầu ô liu
- 100g cavolo nero
- 1 muỗng canh nước
- 120g ớt Padrón
- Muối biển và hạt tiêu đen mới xay
- cho nước sốt
- 150g ớt rang, từ một cái lọ
- 1 tép tỏi, bóc vỏ và nghiền nát
- 20g hạnh nhân nướng
- 1 muỗng canh giấm sherry
- ¼ muỗng cà phê ớt ngọt xông khói
- 20g bánh mì bột chua, loại bỏ lớp vỏ
- 40ml dầu oliu nguyên chất

hướng dẫn:

a) Làm nóng lò ở nhiệt độ 200°C/quạt 180°C/Khí 6.

b) Nêm đùi gà với muối và hạt tiêu. Đặt một chảo rán lớn, chịu nhiệt trên lửa lớn. Khi nóng, thêm 1 muỗng canh dầu ô liu và đặt đùi gà ở mặt da xuống. Giảm nhiệt xuống mức trung bình và nấu gà trong 8 phút.

c) Khi da gà có màu nâu vàng và giòn, lật đùi lại và thêm cavolo nero và nước. Nêm một ít muối và hạt tiêu, sau đó đặt toàn bộ chảo vào lò nướng trong 8 phút.

Trong khi đó, cho tất cả các nguyên liệu làm nước sốt romesco vào máy xay thực phẩm nhỏ với một ít muối và hạt tiêu rồi trộn cho đến khi mịn.

d) Đặt một cái chảo nhỏ trên lửa lớn. Khi rất nóng, thêm muỗng canh dầu ô liu còn lại, ớt Padrón và rắc muối. Nấu trong 4–5 phút hoặc cho đến khi vỏ ớt phồng lên và mềm ra.

e) Lấy gà ra khỏi chảo và đặt sang một bên để nghỉ ngơi. Trộn cavolo nero vào nước ép chảo và dùng với thịt gà, ớt Padrón và một thìa đầy nước sốt romesco.

63. Gà ớt và húng quế Thái

Máy chủ 4

THÀNH PHẦN:

- 350g gạo tẻ
- 600ml nước
- 3 ức gà không da, không xương, thái nhỏ
- 5 tép tỏi, bóc vỏ và thái nhỏ
- 4 quả ớt mắt chim Thái, thái nhỏ
- 1 củ hành tây, bóc vỏ và thái lát dày
- 150g Bông cải xanh non, cắt khúc dài 5 cm
- 150g đậu xanh mịn, tỉa và giảm một nửa
- Khoảng 4 muỗng canh dầu thực vật
- 2 muỗng canh dầu hào
- 1 muỗng canh nước tương
- 80ml nước dùng gà
- 2 muỗng canh nước mắm
- 1 muỗng canh đường cát
- 1 muỗng canh bột ngô
- 1 muỗng canh nước

- Một nắm lớn lá húng quế Thái Lan
- Một nắm nhỏ lá húng quế thông thường
- Muối biển và tiêu trắng xay

hướng dẫn:

a) Vo gạo ba lần cho đến khi nước trong, sau đó cho vào nồi với lượng nước đã định lượng và một chút muối. Đun sôi, sau đó giảm lửa nhỏ và đậy nắp chảo. Nấu thêm 10–12 phút hoặc cho đến khi nước cạn hết và cơm chín.

b) Trong khi đó, chuẩn bị thịt và tất cả các loại rau để xào. Nêm gà với muối và hạt tiêu trắng.

c) Đặt chảo trên lửa rất cao cho đến khi bốc khói. Thêm 1 muỗng canh dầu thực vật và xào một phần tư con gà trong 1 phút hoặc cho đến khi nó có màu nâu nhạt. Nhanh chóng bắc chảo ra khỏi bếp và chuyển gà ra đĩa. Bắc chảo lên bếp và nấu phần thịt gà còn lại theo cách tương tự, thêm dầu nếu cần.

d) Kết hợp dầu hào, nước tương, nước dùng gà, nước mắm và đường trong một bát nhỏ. Trong một bát riêng, trộn bột ngô với nước.

e) Bắc chảo lên bếp, cho thêm dầu ăn, sau đó cho tỏi và nửa quả ớt vào xào trong 1 phút.

f) Thêm hành tây và xào trong 2 phút. Thêm bông cải xanh và đậu xanh và nấu trong 2 phút, thêm một chút nước nếu chúng bắt đầu dính.

g) Cho gà trở lại chảo và nấu thêm 2–3 phút nữa.

h) Cho hỗn hợp dầu hào và nước tương vào chảo, sau đó cho hỗn hợp bột ngô và lá húng quế Thái vào khuấy đều và nấu thêm 1 phút.

i) Múc cơm đã xào ra bát, rắc ớt và lá húng quế còn lại lên trên trước khi ăn.

64. mì gà

phục vụ 2

THÀNH PHẦN:

- 2 quả trứng
- 2 muỗng canh dầu thực vật
- 2 ức gà, còn da
- 100g mỳ ramen
- 2 nắm lớn rau mồng tơi
- 2 nắm lớn giá đỗ
- 1 lít nước dùng gà
- 1 muỗng canh tương miso trắng
- 2 muỗng cà phê bột dashi
- 2 muỗng canh nước tương
- 3 tép tỏi, bóc vỏ và thái nhỏ
- 4cm củ gừng tươi, gọt vỏ và thái chỉ
- 2 muỗng canh rượu sake (rượu gạo Nhật Bản)
- 1 quả ớt đỏ dài, bỏ hạt nếu bạn muốn ăn nhẹ hơn, thái nhỏ theo góc
- 2 củ hành tây, tỉa và thái nhỏ ở một góc

- 1 muỗng cà phê gia vị furikake
- Muối biển và tiêu trắng xay
- dầu mè, để phục vụ

hướng dẫn:

a) Đun sôi một ấm nước, đổ vào nồi và đun sôi trở lại ở nhiệt độ cao. Nhẹ nhàng thả trứng vào đó và nấu trong 5–6 phút cho lòng đỏ hơi chảy ra.

b) Trong khi đó, cho dầu thực vật vào chảo chống dính và đặt ở nhiệt độ cao. Nêm ức gà với muối và một ít tiêu trắng rồi cho vào chảo, mặt da úp xuống. Nấu trên lửa vừa trong 4–5 phút ở một bên.

c) Dùng thìa có rãnh, chuyển trứng vào bát nước lạnh để trứng ngừng chín.

d) Thêm một ít muối vào nước trong nồi và đun sôi trở lại. Thêm mì và nấu trong 3–4 phút hoặc cho đến khi mềm. Xả và chia giữa hai bát phục vụ. Thêm một nắm rau mồng tơi và một nắm giá đỗ vào mỗi bát.

e) Cẩn thận bóc vỏ trứng và cắt đôi theo chiều dọc.

f) Đổ nước dùng gà vào nồi, thêm tương miso, bột dashi và nước tương, sau đó đặt chảo trên lửa vừa.

g) Lật ức gà lại và thêm tỏi và gừng vào chảo. Nấu thêm 2–3 phút nữa, thường xuyên khuấy tỏi và gừng. Thêm rượu sake và nấu thêm 2 phút nữa.

h) Khi gà chín, vớt gà ra để riêng. Thêm nước ép chảo cùng với tỏi và gừng vào nước dùng gà và khuấy đều.

i) Cắt thịt gà và đặt lên trên mì. Múc nước dùng lên trên và trang trí với ớt, hành lá, rau thơm và gia vị furikake. Cho nửa quả trứng vào bát, rưới một ít dầu mè lên trên và thưởng thức.

65. Ức vịt áp chảo với Pak Choi

Máy chủ 4

THÀNH PHẦN:

- 4 ức vịt
- 4 pak choi, giảm một nửa
- 250ml nước cam
- 50ml xì dầu
- 2cm củ gừng tươi, gọt vỏ và bào sợi
- 50g bơ
- 50g mật ong
- 1 muỗng canh mè đen và trắng
- Muối biển và hạt tiêu đen mới xay
- Cơm nấu chín, để phục vụ

hướng dẫn:

a) Làm nóng lò ở nhiệt độ 200°C/quạt 180°C/Gas 6 và đặt khay nướng bên trong để làm nóng.

b) Dùng một con dao thật sắc, rạch da trên ức vịt theo các đường chéo, đầu tiên theo một hướng, sau đó theo hướng khác để bạn có hoa văn hình thoi. Mùa tốt với muối và hạt tiêu.
c) Đặt ức vịt, mặt da úp xuống, vào chảo chống dính, chịu nhiệt. Đặt chảo trên lửa vừa-cao và nấu trong 7 phút hoặc cho đến khi mỡ chảy ra và da giòn và vàng.
d) Lật ngược ức vịt và đặt chảo vào lò nướng trong 3–4 phút. Chuyển vịt sang đĩa ấm và để yên trong 2–3 phút.
e) Trong khi đó, bắc chảo trở lại bếp và cho pak choi đã cắt đôi vào. Nấu trong 2 phút hoặc cho đến khi bắt đầu chuyển màu, sau đó thêm nước cam, nước tương, gừng và bơ và đun nhỏ lửa. Khuấy mật ong và giảm thành nước sốt đặc.
f) Để phục vụ, cắt vịt theo góc và bày ra đĩa với pak choi và một ít cơm. Rưới nước sốt lên và rắc vừng trước khi ăn.

66. Chuột lang bọc Pancetta với cà rốt

phục vụ 2

THÀNH PHẦN:

- 12 lát pancetta mỏng
- 2 ức gà guinea không da
- 1 muỗng canh dầu ô liu nhẹ
- 1 củ chuối, bóc vỏ và thái nhỏ
- 1 muỗng cà phê mù tạt nguyên hạt
- 1 muỗng cà phê mù tạt Dijon
- 1 muỗng cà phê lá húng tây
- 50ml rượu trắng khô
- 150ml nước dùng gà
- kem đôi 125ml
- Đối với cà rốt tráng men
- 300g cà rốt Chantenay
- 40g bơ
- 250ml nước dùng gà
- 1 muỗng cà phê mật ong

- 1 muỗng canh rau mùi tây phẳng thái nhỏ
- Muối biển và hạt tiêu đen mới xay

hướng dẫn:

a) Làm nóng lò ở nhiệt độ 220°C/quạt 200°C/Khí 7.

b) Rửa cà rốt và cho vào chảo lớn với bơ, nước dùng gà và mật ong. Thêm một chút muối và hạt tiêu và đặt trên lửa lớn. Đun sôi, sau đó giảm lửa nhỏ và nấu trong khoảng 15 phút, thỉnh thoảng khuấy cho đến khi cà rốt mềm.

c) Trong khi đó, đặt 6 lát pancetta lên thớt, hơi chồng lên nhau. Nêm ức gà guinea và đặt một trong số chúng vào giữa pancetta. Quấn pancetta xung quanh nó, sau đó lặp lại bước này với cái thứ hai.

d) Đặt chảo chống dính trên lửa lớn. Khi dầu nóng, thêm dầu, sau đó cho ức gà guinea vào và nấu trong 2–3 phút cho mỗi mặt hoặc cho đến khi pancetta có màu nâu vàng khắp mặt. Chuyển sang khay nướng nhỏ và cho vào lò nướng trong 5 phút.

e) Bắc chảo lên bếp, cho hẹ tây vào và nấu trong 2 phút hoặc cho đến khi mềm. Cho mù tạt và lá húng tây vào khuấy đều, sau đó thêm rượu và để lửa lớn giảm một nửa. Thêm nước dùng và kem, nêm một chút muối và hạt tiêu và giảm cho đến khi nước sốt đặc lại.

f) Lấy gà guinea ra khỏi lò, giữ ấm và để yên trong 10 phút.

g) Kiểm tra cà rốt – chúng phải được nấu chín và nước sốt phải chuyển sang dạng sền sệt. Khuấy rau mùi tây và lấy chảo ra khỏi bếp.

h) Phục vụ ức gà guinea với cà rốt tráng men, rưới nước sốt lên trên hoặc phục vụ nó trong các món ăn phụ nhỏ.

SÚP

67. Súp lơ với bánh mì nướng phô mai

Máy chủ 4

THÀNH PHẦN:

- 2 muỗng canh dầu ô liu
- 20g bơ
- 1 củ hành tây, bóc vỏ và thái nhỏ
- 2 tép tỏi, bóc vỏ và thái lát
- Một nắm nhỏ lá xô thơm
- 1 x 800g súp lơ
- 500ml nước dùng gà hoặc rau củ
- 200ml sữa nguyên chất
- kem đôi 200ml
- Muối biển và hạt tiêu mới xay
- Đối với bơ nâu
- 40g bơ
- 1 muỗng canh dầu truffle
- Một nắm lá xô thơm
- Đối với bánh mì nướng cheesy
- 4 lát bánh mì baguette, thái nhỏ theo đường chéo

- 120g hỗn hợp phô mai bào (mozzarella, Cheddar, blue và Gruyère, hoặc kết hợp bất cứ thứ gì bạn có trong tủ lạnh)

hướng dẫn:

a) Làm nóng lò nướng trước.

b) Đặt một cái chảo lớn trên lửa vừa và thêm dầu và bơ. Khi bơ đã tan chảy, thêm hành tây và tỏi và nấu trong 5 phút. Thêm lá xô thơm và nấu thêm một phút nữa.

c) Trong khi đó, chuẩn bị súp lơ bằng cách loại bỏ lá và tách các bông hoa. Xắt nhỏ chúng thành những miếng nhỏ có cùng kích thước.

d) Thêm súp lơ xắt nhỏ và kho vào chảo. Nêm muối và hạt tiêu, đun sôi và đun nhỏ lửa trong 5 phút. Thêm sữa và kem, đun nhỏ lửa thêm 8 phút nữa.

e) Trong khi đó, làm bơ nâu. Cho bơ vào một cái chảo nhỏ và đặt trên lửa lớn. Khi nó bắt đầu chuyển sang màu nâu, lấy chảo ra khỏi bếp và thêm dầu truffle và lá xô thơm. Khuấy đều và để nguội.

f) Bây giờ làm cho bánh mì nướng. Đặt các lát bánh mì baguette lên khay nướng và nướng trong 2–3 phút hoặc cho đến khi vàng nhẹ một mặt. Lật từng lát lại, sau đó rắc phô mai bào lên trên. Đặt dưới vỉ nướng thêm 4 phút nữa hoặc cho đến khi phô mai tan chảy và có màu vàng.

g) Khi súp lơ đã chín, trộn hỗn hợp bằng máy xay sinh tố cho đến khi mịn. Kiểm tra gia vị và điều chỉnh khi cần thiết. Múc súp ra bát và dùng muỗng phết bơ nâu và lá xô thơm lên trên. Phục vụ với bánh mì nướng phô mai ở bên cạnh.

68. Phở gà và Shiitake

Máy chủ 4

THÀNH PHẦN:

- 1,5 lít nước dùng gà
- 4 cái đùi gà, còn da
- 12 cái nấm đông cô khô
- 2–3cm củ gừng tươi, gọt vỏ và thái chỉ
- 1 cây hồi
- 2 củ hành tây, tỉa và cắt làm đôi
- Rượu gạo Thiệu Hưng 100ml
- 180g mỳ trứng
- 2 muỗng canh nước tương
- 200g cải thìa
- Muối biển và tiêu trắng xay
- Phục vụ
- 80g măng
- Các loại thảo mộc nhỏ hoặc lá rau mùi châu Á
- 2 muỗng cà phê dầu mè

hướng dẫn:

a) Đặt một cái chảo trên lửa lớn. Đổ nước dùng gà vào, sau đó thêm đùi gà và nấm.

b) Thêm gừng vào chảo cùng với hoa hồi, hành lá và rượu gạo. Nêm một nhúm muối biển lớn và một nhúm nhỏ tiêu trắng.

c) Đun sôi súp, hớt bỏ bất kỳ tạp chất nào có thể nổi lên trên bề mặt. Sau khi đun sôi, giảm nhiệt để đun nhỏ lửa và nấu trong 10 phút.

d) Trong khi đó, đun sôi một ấm nước. Đổ vào một cái chảo sạch trên lửa lớn và nêm muối. Thêm mì và nấu trong 3–4 phút hoặc cho đến khi mềm. Xả mì và giữ chúng dưới vòi nước lạnh cho đến khi nguội. Để ráo nước một lần nữa và đặt sang một bên cho đến khi cần thiết.

e) Lấy đùi gà ra khỏi nước dùng và kiểm tra xem nó đã chín chưa bằng cách dùng mũi dao nhọn đâm vào phần dày nhất; nước ép sẽ trong và không có màu hồng. Nếu nấu chín, loại bỏ tất cả các miếng thịt gà và nấm từ nước dùng và đặt sang một bên.

f) Dùng thìa có lỗ vớt hoa hồi, gừng và hành lá ra khỏi nước dùng và đun ở lửa lớn. Thêm nước tương và nêm nếm gia vị.

g) Xắt nhỏ choi sum thành những đoạn dài 7cm và tách phần cuống ra khỏi phần lá. Thêm thân cây vào nồi và để nấu trong 2 phút.

h) Loại bỏ da khỏi đùi gà và xé nhỏ thịt, loại bỏ xương.

i) Thêm choi sum vào nước dùng và tắt lửa.

j) Chia mì thành bốn bát và cho nấm đông cô, thịt gà và cải ngọt lên trên rồi múc nước dùng lên trên.

k) Trang trí với măng và các loại thảo mộc nhỏ và một giọt dầu mè.

69. Súp Celeriac và táo với quả óc chó nghiền

Giao bóng 4–6

THÀNH PHẦN:

- 1 củ hành tây, bóc vỏ và băm nhỏ
- 1 củ cần tây (600–800g), gọt vỏ và thái hạt lựu
- 2 quả táo Cox, gọt vỏ, bỏ lõi và xắt nhỏ
- 2 muỗng canh dầu ô liu
- 1 muỗng canh lá húng tây
- 1 lít nước dùng rau củ
- Muối biển và hạt tiêu đen hoặc trắng mới xay
- Phục vụ
- Một nắm lớn quả óc chó, đại khái xắt nhỏ
- Dầu ôliu siêu nguyên chất, dành cho mưa phùn

hướng dẫn:

a) Chuẩn bị hành tây, cần tây và táo như đã liệt kê.

b) Đặt một cái chảo lớn trên lửa vừa và thêm dầu ô liu. Khi nóng, thêm hành tây với một chút muối và nấu trong 4–5 phút hoặc cho đến khi mềm nhưng không có màu.

c) Thêm celeriac, táo và lá húng tây và nấu trong 5 phút.

d) Đổ nước dùng rau củ vào và đun nhỏ lửa. Tiếp tục đun nhỏ lửa trong 5 phút nữa hoặc cho đến khi celeriac mềm.
e) Lấy chảo ra khỏi bếp và sử dụng máy xay sinh tố để trộn kỹ. Nêm muối và hạt tiêu, sau đó nếm thử và thêm gia vị nếu cần.
f) Múc vào bát ấm, rắc quả óc chó xắt nhỏ và rưới thêm một ít dầu ô liu nguyên chất trước khi ăn.

70. Súp bí đỏ và đậu lăng

Máy chủ 4

THÀNH PHẦN:

- 1 muỗng canh dầu ô liu nhẹ
- 40g bơ
- 1 củ hành tây, bóc vỏ và thái hạt lựu
- 1 muỗng cà phê hạt thì là
- 4 tép tỏi, bóc vỏ
- Gừng tươi cắt miếng 5cm, gọt vỏ
- 2 quả ớt đỏ, bỏ hạt nếu bạn muốn ăn nhẹ hơn
- 1 muỗng cà phê bột cà ri nhẹ 1kg bí đỏ
- 1,2 lít nước dùng gà hoặc rau củ
- 250g đậu đỏ
- 250ml nước cốt dừa
- Muối biển và hạt tiêu đen mới xay
- Để trang trí
- 2 muỗng canh dầu ô liu nhẹ
- 1 muỗng cà phê hạt thì là
- Một nắm lớn lá cà ri tươi
- ½ muỗng cà phê bột cà ri nhẹ

- 1 quả ớt đỏ, bỏ hạt nếu bạn muốn ăn nhẹ hơn, thái lát mỏng

hướng dẫn:

a) Đun nóng dầu và bơ trong một cái chảo lớn trên lửa vừa. Khi bơ đã tan chảy, thêm hành tây và hạt thì là và nấu trong 2-3 phút.

b) Trong khi đó, cho tỏi, gừng và ớt vào máy xay thực phẩm nhỏ và trộn thành hỗn hợp sệt. Thêm thứ này vào chảo cùng với bột cà ri và nấu thêm 2–3 phút nữa.

c) Chuẩn bị bí bằng cách gọt vỏ và loại bỏ tất cả các hạt bằng thìa. Cắt thịt thành khối vuông 1cm và cho vào chảo cùng với nước dùng. Tăng nhiệt lên cao và đun sôi.

d) Thêm đậu lăng và nấu trong 10 phút.

e) Cho nước cốt dừa vào một cái bát nhỏ và đánh cho đến khi mịn. Dự trữ 6 muỗng canh để trang trí và thêm phần còn lại vào chảo. Nấu trên lửa lớn cho đến khi bí ngô mềm và đậu lăng chín.

f) Trong khi súp đang nấu, làm nóng dầu để trang trí trong chảo nhỏ. Khi nóng, thêm hạt thì là, lá cà ri và bột cà ri. Khuấy đều, sau đó lấy chảo ra khỏi bếp.

g) Sử dụng máy xay sinh tố, trộn súp cho đến khi mịn, sau đó nêm muối và hạt tiêu và múc vào từng bát. Rưới lên kem dừa dành riêng và dầu cà ri. Rắc vài lát ớt đỏ trước khi ăn.

Mỳ Ý VÀ NGŨ CỐC

71. Cacio e Pepe với Parmesan Crisps

phục vụ 2

THÀNH PHẦN:

- 60g phô mai Parmesan, bào mịn
- 200g bucatini
- 1½ muỗng cà phê hạt tiêu đen
- 100g bơ
- 20g phô mai pecorino, bào mịn
- Muối biển

hướng dẫn:

a) Làm nóng lò ở nhiệt độ 200°C/quạt 180°C/Khí 6. Lót giấy nướng vào khay nướng.

b) Để làm món khoai tây chiên giòn, hãy lấy một nửa số Parmesan và xếp thành bốn chồng bằng nhau trên khay đã chuẩn bị. Đặt trên giá cao trong lò nướng trong 10–12 phút hoặc cho đến khi Parmesan chuyển sang màu nâu vàng. Để qua một bên.

c) Đun sôi một ấm nước. Đổ đầy một nửa nồi, nêm muối và đun sôi trở lại. (Điều quan trọng là chỉ thêm một lượng nước vừa đủ ngập mì ống để nước càng nhiều tinh bột càng tốt.) Thêm mì ống, khuấy đều và nấu trong 10 phút hoặc cho đến khi mềm.

d) Trong khi đó, nướng hạt tiêu trong chảo khô cho đến khi có mùi thơm. Sử dụng chày và cối, xay chúng thật thô.

e) Đặt một chảo xào lớn trên lửa vừa và làm tan chảy bơ trong đó. Thêm tiêu xay và để bơ nổi bọt, sau đó thêm một muôi nước mì ống và đun sôi. Xoay chảo hoặc đánh các thứ bên trong để nhũ hóa nước sốt.

f) Dùng kẹp gắp mì ra khỏi nước và cho vào chảo xào với muôi nước thứ hai và phần phô mai Parmesan còn lại. Khuấy đều để phủ và thêm nước mì ống nếu cần.

g) Thêm pecorino và muối, đảo chảo để kết hợp.

h) Dọn ra bát với khoai tây chiên giòn Parmesan rắc lên trên.

72. Cà chua, mascarpone và Pancetta Rigatoni

Máy chủ 4

THÀNH PHẦN:

- 3 muỗng canh dầu ô liu
- 250g pancetta thái hạt lựu hoặc thịt xông khói hun khói
- 1 củ hành tây lớn, bóc vỏ và thái hạt lựu
- 3 tép tỏi, bóc vỏ và thái nhỏ
- 1 muỗng cà phê gia vị Ý
- 100g cà chua đỏ mặt, xắt nhỏ
- 1 x 400g hộp cà chua xắt nhỏ
- 200ml nước dùng gà
- 200g phô mai mascarpone
- 400g rong biển
- 20g phô mai Parmesan, bào mịn, cộng thêm để phục vụ
- Một nắm nhỏ lá húng quế, đại khái xắt nhỏ
- Muối biển và hạt tiêu đen mới xay

hướng dẫn:

a) Đặt một chảo xào lớn trên lửa vừa và cao và thêm dầu. Khi nóng, thêm pancetta và nấu trong 3–4 phút, hoặc cho đến khi giòn và vàng. Lấy một thìa lớn ra khỏi chảo và để ráo nước trên giấy ăn, sau đó đặt sang một bên để trang trí.

b) Thêm hành tây vào chảo và nấu cho đến khi mềm, sau đó thêm tỏi và nấu trong 2 phút.

c) Cho gia vị Ý, cà chua, nước dùng gà và mascarpone vào khuấy đều. Đun nhỏ lửa và nấu trong 10 phút, hoặc cho đến khi hơi đặc lại.

d) Trong khi đó, đun sôi một ấm nước. Đổ vào nồi, nêm muối và đun sôi trở lại. Thêm mì ống, sau đó khuấy và nấu trong 10 phút, hoặc cho đến khi mềm. Xả mì ống, giữ lại nước.

e) Thêm mì ống vào nước sốt và khuấy đều để phủ. Thêm một muôi nước mì ống nếu cần. Nêm nếm lại cho vừa ăn, sau đó cho Parmesan và húng quế vào, đảo đều lần nữa.

f) Phục vụ trong bát ấm và rắc pancetta dành riêng và thêm một ít Parmesan.

73. Linguine Vongole với cà chua Nduja và Cherry

Máy chủ 4

THÀNH PHẦN:

- 200ml rượu trắng khô
- 1,5kg nghêu, rửa sạch, bỏ phần vỏ
- 3 muỗng canh dầu ô liu
- 2 củ chuối, bóc vỏ và thái hạt lựu
- 6 tép tỏi, bóc vỏ và thái nhỏ
- 80g xúc xích nduja
- 250g cà chua mận non, giảm một nửa
- 400g mì
- 2 nắm nhỏ rau mùi tây phẳng, thái nhỏ, cộng thêm để phục vụ
- Muối biển và hạt tiêu đen mới xay

hướng dẫn:

a) Đặt một cái chảo có nắp đậy kín trên lửa lớn cho đến khi bốc khói. Trong khi đó, lót một cái chao bằng vải muslin hoặc một miếng vải chữ J mới và đặt nó lên một cái chảo khác.
b) Đổ rượu vào chảo, cho nghêu vào rồi đậy nắp nấu khoảng 3–4 phút cho đến khi nghêu mở miệng. Lọc qua chao đã chuẩn bị.
c) Đặt một chảo xào lớn trên lửa vừa, thêm dầu ô liu và hẹ và nấu trong 2 phút. Thêm tỏi và nấu thêm 2 phút nữa.
d) Tăng nhiệt, thêm nduja và dùng thìa nghiền nhỏ. Nấu thêm 2 phút thì đổ nước nghêu vào nấu thêm 5 phút thì cho cà chua vào.
e) Đun sôi một ấm nước, sau đó đổ vào nồi, nêm muối và đun sôi trở lại. Thêm mì ống và nấu trong 10 phút, hoặc cho đến khi chín.
f) Trong khi nước sốt đang sôi và mì ống đang nấu, hãy chọn thịt từ tất cả trừ khoảng hơn chục con nghêu.
g) Khi mì ống đã sẵn sàng, để ráo nước trong một cái chao, để dành nước nấu. Thêm mì ống vào nước sốt cùng với một muôi nước dùng dành riêng, thịt nghêu và rau mùi tây. Lắc đều chảo để phủ mì ống với nước sốt.
h) Nêm nếm cho vừa ăn, sau đó dọn ra bát còn ấm, trang trí bằng nghêu còn nguyên vỏ và thêm một ít rau mùi tây.

74. Spaghetti thanh cua và bí đỏ

phục vụ 2

- mì chính 200g
- 2 muỗng canh dầu ô liu
- 1 củ chuối, bóc vỏ và thái nhỏ
- 3 tép tỏi, bóc vỏ và thái nhỏ
- 1 quả ớt đỏ dài, bỏ hạt nếu bạn muốn ăn nhẹ hơn, thái nhỏ
- 50ml rượu trắng khô
- 300g bí xanh, nạo hoặc thái sợi
- 50g thịt cua nâu
- 100g kem tươi
- 150g thịt cua trắng
- Vỏ của 1 quả chanh
- 2 muỗng canh thì là xắt nhỏ
- 40g bơ, cắt khối
- Muối biển và hạt tiêu đen mới xay

hướng dẫn:

a) Đun sôi một ấm nước. Đổ vào nồi, nêm muối và đun sôi trở lại. Thêm mì ống và nấu trong 10 phút, hoặc cho đến khi chín.

b) Trong khi đó, đặt một chảo chống dính lớn trên lửa vừa và cao và thêm dầu. Khi nóng, thêm hẹ và nấu trong 2 phút.
c) Thêm tỏi và ớt và nấu thêm 2 phút nữa. Đổ rượu trắng vào, sau đó tăng nhiệt độ cao và nấu cho đến khi rượu giảm một nửa.
d) Thêm bí, thịt cua nâu và crème fraîche và khuấy đều.
e) Xả mì spaghetti, giữ lại nước. Thêm mì ống vào chảo xào cùng với nửa muôi nước nấu, thịt cua trắng, vỏ chanh, nửa thì là và bơ và nấu trong 1 phút. Quăng mì ống để đảm bảo nó được phủ đều nước sốt và nêm nếm cho vừa ăn.
f) Dọn ra bát, rắc phần thì là còn lại.

75. Farfalle với bơ nâu, đậu Hà Lan và cây xô thơm

Máy chủ 4

THÀNH PHẦN:

- 400g xúc xích
- 250g đậu Hà Lan tươi
- 80g phô mai Parmesan, nạo, cộng thêm để phục vụ
- Muối biển và hạt tiêu đen mới xay
- Đối với bơ nâu
- 200g bơ
- Một nắm lá xô thơm lớn
- 3 tép tỏi, bóc vỏ và thái nhỏ

hướng dẫn:

a) Đun sôi một ấm nước. Đổ đầy một nửa nồi, nêm muối và đun sôi trở lại. (Điều quan trọng là chỉ thêm một lượng nước vừa đủ ngập mì ống để nước càng nhiều tinh bột càng tốt.) Thêm mì ống, khuấy đều và nấu trong 10 phút hoặc cho đến khi mềm.
b) Trong khi đó, cho bơ vào chảo xào và đặt ở nhiệt độ cao. Khi nó bắt đầu chuyển sang màu nâu, tắt bếp, thêm lá xô thơm và tỏi và khuấy đều.
c) Xả mì ống, giữ nước nấu ăn.

d) Đổ một muôi nước dành riêng vào chảo xào và thêm đậu Hà Lan. Bắc chảo lên bếp và nấu trong 1–2 phút, khuấy liên tục.
e) Thêm mì ống và Parmesan và khuấy đều. Thêm một ít nước mì ống, nếu cần, và nêm nếm cho vừa ăn.
f) Phục vụ trong bát ấm với một ít hạt tiêu đen và rắc thêm phô mai Parmesan lên trên.

76. Porcini Tagliatelle với hạt thông

phục vụ 2

THÀNH PHẦN:

- 15g nấm porcini khô
- 200g nhãn
- 30g hạt thông
- 1 muỗng canh dầu ô liu
- 60g bơ
- 1 củ chuối, bóc vỏ và thái nhỏ
- 2 tép tỏi, bóc vỏ và thái nhỏ
- 100ml rượu trắng khô
- 200g nấm tươi, tốt nhất là nấm porcini hoặc nấm dại, thái nhỏ
- 2 muỗng canh ngải giấm thái nhỏ
- 25g phô mai Parmesan, bào mịn, cộng thêm để phục vụ
- 1 muỗng canh rau mùi tây phẳng, xắt nhỏ
- 3 muỗng canh kem tươi
- Muối biển và hạt tiêu đen mới xay

hướng dẫn:

a) Đun sôi một ấm nước. Đặt porcini khô vào một cái bát nhỏ, cách nhiệt và thêm đủ nước sôi để phủ chúng. Che bằng màng bám và đặt sang một bên.

b) Đổ phần nước sôi còn lại vào nồi, thêm chút muối và đun sôi trở lại. Thêm mì ống và nấu trong 7–10 phút hoặc cho đến khi mềm.

c) Trong khi đó, cho hạt thông vào chảo khô và đặt trên lửa vừa, lắc chảo cho đến khi chúng được nướng nhẹ. Đặt sang một bên cho đến khi cần thiết.

d) Cho dầu ô liu và một nửa bơ vào chảo xào và đặt trên lửa nhỏ. Khi bơ đã tan chảy, thêm hẹ tây và nấu nhẹ nhàng trong 2-3 phút. Thêm tỏi và nấu nhẹ nhàng thêm 2 phút nữa.

e) Tăng nhiệt lên cao, thêm rượu trắng và giảm một nửa.

f) Lọc trực tiếp chất lỏng từ nấm porcini đã ngâm vào chảo, sau đó cắt nhỏ nấm đã ngâm nước và thêm chúng vào. Khi chất lỏng đã giảm một nửa, thêm nấm tươi và ngải giấm và khuấy đều cho đến khi nấm mềm.

g) Xả mì ống, giữ lại nước. Thêm mì ống vào hỗn hợp nấm, sau đó khuấy trong Parmesan, rau mùi tây và bơ còn lại, cộng với một ít nước dành riêng, nếu cần.

h) Nêm mì ống cho vừa ăn, cho crème fraîche vào khuấy đều và cho ra bát, rắc thêm phô mai Parmesan và hạt thông.

77. Saffron Orzo với thịt viên Thổ Nhĩ Kỳ

Máy chủ 4

THÀNH PHẦN:

- 500g thịt đùi gà tây băm nhỏ
- 40g phô mai Parmesan, bào mịn, cộng thêm để phục vụ
- 3 muỗng canh rau mùi tây phẳng, thái nhỏ
- Vỏ của 1 quả chanh
- 1 quả trứng, đánh nhẹ
- 50g vụn bánh mì tươi
- 50g bột mì
- 1 muỗng canh dầu ô liu
- 220ml nước dùng gà
- Muối biển và hạt tiêu đen mới xay
- Đối với nghệ tây orzo
- 80g bơ
- 2 củ chuối, bóc vỏ và thái hạt lựu
- 2 tép tỏi, bóc vỏ và thái nhỏ
- Nhụy nghệ tây đất
- 1 lít nước dùng gà
- 400g orzo

- 2 muỗng canh lá oregano thái nhỏ
- 20g phô mai Parmesan, bào mịn

hướng dẫn:

a) Cho gà tây băm nhỏ, phô mai Parmesan, rau mùi tây, vỏ chanh, trứng và vụn bánh mì vào tô lớn, nêm muối và tiêu. Trộn đều và chia thành 24 viên thịt cỡ quả óc chó. Đặt trong tủ lạnh cho đến khi cần thiết.

b) Để làm orzo, làm tan chảy một nửa bơ trong chảo xào lớn trên lửa vừa. Thêm hẹ và nấu trong 2 phút, sau đó thêm tỏi và nấu thêm 2 phút nữa.

c) Thêm nghệ tây và một lít nước dùng và đun sôi. Đổ orzo vào và nấu trong 10 phút, hoặc cho đến khi chín, thỉnh thoảng khuấy.

d) Lấy thịt viên ra khỏi tủ lạnh và phủ nhẹ từng viên qua bột mì. Đặt một chảo chống dính lớn trên lửa lớn. Khi dầu nóng, đổ dầu ô liu vào, thêm thịt viên và nấu cho đến khi vàng nâu.

e) Đổ 220ml nước dùng vào chảo, đun nhỏ lửa và nấu thịt viên nhẹ nhàng thêm 5 phút nữa hoặc cho đến khi chín và nước sốt đặc lại.

f) Khi orzo đã sẵn sàng, cho lá oregano vào khuấy đều, sau đó thêm phô mai Parmesan và 40g bơ còn lại. Nêm nếm vừa ăn và dọn ra bát ấm với thịt viên gà tây và thêm một ít phô mai Parmesan bên trên.

78. Cơm chiên tôm kiểu Hàn Quốc

Máy chủ 4

THÀNH PHẦN:

- 2 quả trứng, đánh nhẹ
- 2 muỗng canh dầu thực vật
- 2 muỗng canh dầu mè
- 400g tôm sú sống bóc vỏ, cắt đôi theo chiều dọc
- 2 muỗng canh tương ớt gochujang
- 3 gói x 250g gạo hạt dài nấu sẵn và gạo hoang
- 2 muỗng canh nước tương
- 1 muỗng canh nước mắm
- 2 nắm lớn giá đỗ
- 150g đậu Hà Lan đông lạnh
- Muối biển và tiêu trắng xay
- Phục vụ
- 100g kim chi, đại khái xắt nhỏ
- 1 muỗng cà phê hạt mè đen
- Một nắm lớn hành tây chiên giòn (có bán ở siêu thị)
- 4 củ hành tây, tỉa và thái nhỏ ở một góc
- Tương ớt Sriracha

hướng dẫn:

a) Đặt một cái chảo chống dính lớn trên lửa lớn. Nêm trứng với muối và tiêu trắng.

b) Cho một nửa số dầu vào chảo, tráng đều rồi đổ trứng vào. Nấu trong 1 phút, khuấy nhẹ để chia thành từng miếng, sau đó bày ra đĩa.

c) Đặt lại chảo ở nhiệt độ cao. Khi dầu nóng, thêm phần dầu còn lại, sau đó cho tôm vào xào trong 1–2 phút. Thêm bột gochujang và khuấy đều.

d) Cho cơm, nước tương và nước mắm vào xào thêm 2–3 phút nữa. Cho trứng trở lại chảo, cho giá đỗ và đậu Hà Lan vào xào thêm 2–3 phút.

e) Dọn cơm ra bát còn ấm, trang trí với kim chi, hạt vừng, hành tây chiên giòn, hành lá và một ít tương ớt sriracha.

SALAD VÀ MÓN NGON

79. Giá đỗ xanh

THÀNH PHẦN:

- 600 g cải bruxen, cắt làm tư.
- 600 g đậu xanh.
- 1 muỗng canh dầu ô liu.
- Vỏ và nước cốt 1 quả chanh.
- 4 muỗng canh hạt thông nướng.

HƯỚNG DẪN:

a) Nấu trong vài giây, sau đó thêm rau và xào trong 3-4 phút cho đến khi rau mầm hơi ngả màu.

b) Thêm một vắt nước cốt chanh và muối và hạt tiêu cho vừa ăn.

80. M nấm cơm thập cẩm

làm cho 2

THÀNH PHẦN:

- 1 chén hạt gai dầu
- 2 muỗng canh Dầu dừa
- 3 Nấm vừa, thái hạt lựu nhỏ
- ¼ chén hạnh nhân cắt lát
- ½ chén nước luộc rau
- ½ thìa cà phê bột tỏi
- ¼ muỗng cà phê mùi tây khô
- Muối và hạt tiêu cho vừa ăn

HƯỚNG DẪN:

a) Đun nóng dầu dừa trong chảo trên lửa vừa và để sôi. Thêm hạnh nhân thái lát và nấm vào chảo khi nó bắt đầu nổi bong bóng.

b) Thêm hạt gai dầu vào chảo sau khi nấm mềm. Trộn tất cả mọi thứ kỹ lưỡng.

c) thêm nước dùng và gia vị.

d) Giảm nhiệt xuống mức trung bình thấp và để nước dùng ngấm và đun nhỏ lửa.

81. cải xoăn xào

làm cho 2

THÀNH PHẦN:

- ½ túi cải xoăn
- Dầu chiên ngập dầu
- Muối và hạt tiêu cho vừa ăn

HƯỚNG DẪN:

a) Trong một nồi chiên ngập dầu, đun nóng dầu cho đến khi nóng.

b) Hãy đặt mầm cải xoăn vào giỏ nồi chiên.

c) Tiếp tục nấu cải xoăn cho đến khi các cạnh của củ có màu nâu và lá có màu xanh đậm.

d) Lấy ra khỏi rổ và thấm hết mỡ thừa trên khăn giấy.

e) Thêm muối và hạt tiêu để nếm và thưởng thức!

82. rau củ nướng

Làm cho 6 phần ăn

THÀNH PHẦN:

- 2 bí xanh vừa
- 8 lạng nấm
- 2 quả ớt chuông
- 4 muỗng canh dầu bơ
- ½ muỗng cà phê oregano khô
- ½ muỗng cà phê húng quế khô
- ¼ muỗng cà phê bột tỏi
- ½ muỗng cà phê hương thảo khô

HƯỚNG DẪN:

a) Kết hợp dầu với các loại gia vị khô. Thêm một chút muối và hạt tiêu.

b) Trộn rau với nước xốt và để yên trong 10 phút hoặc hơn trong khi bạn hâm nóng BBQ.

c) Nướng rau trên lửa khá nóng. Nấu rau cho đến khi chúng mềm và giòn, và phục vụ!

83. Salad rau xanh tổng hợp

làm cho 1

THÀNH PHẦN:

Xa lát

- 2 ounces hỗn hợp xanh
- 3 muỗng canh hạt thông hoặc hạnh nhân, rang
- 2 muỗng canh của một Vinaigrette ưa thích
- 2 muỗng canh Parmesan bào
- 1 quả bơ, loại bỏ hạt và da và thái lát
- Muối và hạt tiêu cho vừa ăn

HƯỚNG DẪN:

a) Phục vụ: Quăng rau xanh với hạt thông và dấm.

b) Nêm muối và hạt tiêu cho vừa ăn và trang trí bằng phô mai parmesan.

c) Thưởng thức.

84. T ofu và bok choy

làm cho 3

THÀNH PHẦN:

- 15 ounce Đậu phụ siêu săn chắc
- 9 ounce Bok Choy

gia vị

- 1 muỗng canh nước tương
- 1 muỗng canh dầu mè
- 1 muỗng canh Nước
- 2 muỗng cà phê tỏi băm
- Nước cốt ½ quả chanh

Nước xốt

- 1 cọng Hành lá
- 2 muỗng canh rau mùi, xắt nhỏ
- 3 muỗng canh dầu dừa
- 2 muỗng canh nước tương
- 1 muỗng canh Sriracha
- 1 muỗng canh Bơ đậu phộng
- Nước cốt ½ quả chanh
- 7 giọt Stevia lỏng

HƯỚNG DẪN:

a) Làm nóng lò ở nhiệt độ 350 độ F.

Kết hợp tất cả các thành phần xốt trong một bát trộn (nước tương, dầu mè, nước, tỏi và chanh).

b) Cắt đậu phụ thành hình vuông và trộn với nước xốt trong túi nhựa. Ướp trong 10 phút hoặc lâu hơn.

c) Lấy đậu phụ ra và nướng trên khay nướng trong 15 phút.

Trong một đĩa trộn, kết hợp tất cả các thành phần nước sốt.

d) Lấy đậu phụ ra khỏi lò và kết hợp đậu phụ, cải ngọt và nước sốt trong một bát salad.

85. Salad quinoa kiểu Thái

Cho món salad:

- ½ chén quinoa nấu chín, tôi sử dụng kết hợp màu đỏ và trắng.
- 3 muỗng canh cà rốt nghiền.
- 2 muỗng canh ớt đỏ, thái lát cẩn thận.
- 3 muỗng canh dưa chuột, thái nhỏ.
- Nếu bị đông lạnh, hãy rã đông ½ cốc edamame.
- 2 nhánh hành lá, thái nhỏ.
- ¼ chén bắp cải đỏ, thái nhỏ.
- 1 muỗng canh rau mùi, xắt nhỏ cẩn thận.
- 2 muỗng canh đậu phộng rang, băm nhỏ (tùy thích).
- Để nếm muối.

Sốt đậu phộng kiểu Thái:

- 1 muỗng canh bơ đậu phộng tự nhiên dạng kem.
- 2 muỗng cà phê nước tương ít muối.
- 1 muỗng cà phê giấm gạo.
- ½ muỗng cà phê dầu mè.

- ½ - 1 muỗng cà phê nước sốt sriracha (tùy chọn).
- 1 tép tỏi, băm nhuyễn.
- ½ thìa cà phê Gừng nạo.
- 1 thìa cà phê nước cốt chanh.
- ½ muỗng cà phê mật hoa cây thùa (hoặc mật ong).

HƯỚNG DẪN:

a) Làm nước sốt đậu phộng kiểu Thái:

Kết hợp tất cả các thành phần để mặc một bát nhỏ và trộn cho đến khi kết hợp tốt.

b) Để làm món salad:

c) Tích hợp quinoa với rau trong một bát trộn. Thêm băng và trộn đều để tích hợp.

d) Rắc đậu phộng rang lên trên và phục vụ!

86. Mì soba, bí xanh và salad tôm nâu

Máy chủ 4

THÀNH PHẦN:

- 200g mỳ soba
- Dầu lạc, cho mưa phùn
- 200g 'bí xanh' xoắn ốc (khoảng 2 bí xanh)
- 150g tôm nâu nấu chín
- 150g cà chua bi, cắt đôi
- 25g hẹ, thái nhỏ
- 2 muỗng canh hạt mè
- Đối với nước sốt tamari
- ½ muỗng cà phê mù tạt Dijon
- 1½ muỗng canh dấm gạo
- 1 muỗng canh dầu mè
- 2 muỗng canh nước tương tamari
- 1 muỗng canh mirin
- 50ml dầu ô liu
- 2cm củ gừng tươi, gọt vỏ và bào sợi
- 1 tép tỏi, bóc vỏ và nghiền nát
- Một nhúm muối biển

hướng dẫn:
a) Đun sôi một ấm nước, sau đó đổ vào một cái chảo lớn. Đun sôi trở lại ở nhiệt độ trung bình cao, sau đó thêm mì soba và nấu trong 4 phút. Vớt mì ra và xả qua nước lạnh để mì nhanh nguội. Để ráo nước, sau đó rưới một ít dầu lạc để mì không dính vào nhau.
b) Cho mì đã nguội vào tô lớn và thêm bí xanh, tôm, cà chua và hẹ vào.
Để làm nước xốt, cho tất cả các nguyên liệu vào một cái bát và trộn đều.
c) Nướng hạt vừng trong chảo khô trong 2–3 phút hoặc cho đến khi vàng, lắc chảo thường xuyên.
Đổ nước sốt lên món salad và đảo đều để đảm bảo rằng tất cả các nguyên liệu đều được phủ đều. Rải hạt mè nướng lên trên trước khi ăn.

87. Salad Kale Caesar với bánh mì nướng tỏi

Máy chủ 4

THÀNH PHẦN:

- 1 tép tỏi lớn, bóc vỏ và nghiền nát
- 3 muỗng canh dầu ô liu
- 2 muỗng canh rau mùi tây phẳng, thái nhỏ
- 150g bánh mì bột chua
- 1 muỗng canh dầu thực vật
- 200g mỡ heo xông khói
- 100g cải xoăn hỗn hợp (màu xanh lá cây và màu tím, nếu có)
- 4 ít rau xà lách
- 100g nấm hạt dẻ non, thái nhỏ
- ½ củ hành tím, bóc vỏ và thái nhỏ
- 8 con cá cơm trong dầu ô liu
- 40g phô mai Parmesan
- Muối biển và hạt tiêu đen mới xay
- cho băng
- 100g sốt mayonnaise Pháp loại tốt

- 1 tép tỏi lớn, bóc vỏ và nghiền nát
- 20g phô mai Parmesan, bào mịn
- 1 thìa cà phê mù tạt Dijon Nước cốt của ½ quả chanh
- 8 con cá cơm trong dầu ô liu (tùy chọn)
- 1–2 muỗng canh nước

hướng dẫn:

a) Làm nóng lò ở nhiệt độ 220°C/quạt 200°C/Khí 7. Lót giấy nướng vào khay nướng.

b) Cho tỏi, dầu ô liu và mùi tây vào một cái bát, nêm muối và hạt tiêu và trộn đều.

c) Xé bột chua thành từng miếng nhỏ và cho vào bát với dầu tỏi. Trộn cho đến khi phủ đều, sau đó trải bánh mì lên khay đã chuẩn bị. Cho vào lò nướng và nấu trong 8–10 phút hoặc cho đến khi có màu vàng nâu.

d) Đặt một chảo chống dính lớn trên lửa vừa-cao. Khi nóng, thêm dầu thực vật, sau đó cho mỡ lợn và nấu trong 5–8 phút hoặc cho đến khi giòn.

e) Trong khi đó, làm nước sốt: cho sốt mayonnaise, tỏi, phô mai Parmesan, mù tạt và nước cốt chanh vào một cái bát. Cá cơm băm nhỏ, cho vào tô khuấy đều. Thêm nước để nới lỏng băng.

f) Xé cải xoăn thành miếng vừa ăn. Cắt rau diếp và tách lá. Cắt những chiếc lá lớn hơn làm đôi theo chiều dọc và giữ nguyên những chiếc lá nhỏ hơn. Cho tất cả các loại lá vào bát salad cùng với nấm thái lát và hành tím.

g) Đổ nước sốt lên món salad và trộn đều. Rải đều lên bánh mì nướng và mỡ heo xông khói, sau đó cắt đôi phần cá cơm còn lại theo chiều dọc và đặt chúng lên trên (nếu dùng). Sử dụng dụng cụ gọt vỏ rau củ, bào Parmesan phủ lên món salad trước khi ăn.

88. Cà tím ấm, cà chua và Burrata

Máy chủ 4

THÀNH PHẦN:

- 3 quả cà tím, tỉa và thái lát dày 1 cm
- 4 muỗng canh dầu ô liu
- 850g cà chua di sản, thái lát dày 1cm
- 80g lá rocket
- 3 burrata
- Muối biển
- cho băng
- 60ml dầu ô liu
- 1 củ chuối, bóc vỏ và thái hạt lựu
- 2 tép tỏi, bóc vỏ và thái hạt lựu
- 3 nhánh hương thảo, nhặt lá và thái nhỏ
- 40ml giấm rượu vang đỏ
- ½ muỗng cà phê ớt mảnh (tùy chọn)
- Hạt tiêu vừa mới nghiền

hướng dẫn:

a) Đặt chảo vỉ nướng trên lửa lớn.

b) Chải từng lát cà tím với một ít dầu ô liu và rắc muối. Đặt một vài lát, mặt dầu úp xuống, trên vỉ nướng, phết thêm một ít dầu lên mặt trên và rắc thêm một ít muối. Nấu trong 2–3 phút mỗi bên hoặc cho đến khi cháy và mềm. Lặp lại với các lát còn lại.

c) Đổ dầu để làm nước xốt vào một cái chảo nhỏ và đặt trên lửa vừa trong 2–3 phút. Một miếng hẹ cho vào chảo xèo xèo nhẹ là đủ nóng. Tắt lửa, sau đó thêm tất cả hẹ tây, tỏi và hương thảo và trộn đều. Để nấu nhẹ trong 2–3 phút, sau đó thêm giấm và ớt (nếu dùng) và nêm muối và hạt tiêu.

d) Xếp các lát cà tím và cà chua vào một cái bát cạn hoặc trên đĩa. Rưới từng lớp với một ít băng, sau đó rắc tên lửa. Cắt từng burrata làm đôi và đặt lên trên. Rưới nước sốt còn lại và phục vụ.

89. Halloumi, măng tây và salad đậu xanh

phục vụ 2

THÀNH PHẦN:

- 250g đậu xanh mịn đã tách vỏ
- 100g măng tây mịn, cắt tỉa
- 250g phô mai halloumi
- ½ muỗng cà phê ớt mảnh
- 1 muỗng canh dầu ô liu
- 200g cà chua bi, cắt đôi
- 50g ô liu Kalamata rỗ
- Một nắm nhỏ chồi đậu
- Muối biển và hạt tiêu đen mới xay
- cho băng
- 2 nhánh húng quế, nhặt lá
- 2 nhánh bạc hà, nhặt lá
- 1 muỗng canh giấm rượu vang đỏ
- 3 muỗng canh dầu ô liu nguyên chất

hướng dẫn:
a) Đun sôi một ấm nước, sau đó đổ vào nồi. Nêm muối và đặt trên lửa lớn. Sau khi nước sôi trở lại, thêm đậu và nấu trong 4 phút, sau đó thêm măng tây và nấu thêm một phút nữa. Để ráo nước và đặt rau vào một bát nước đá lớn để dừng quá trình nấu.
b) Để làm nước xốt, cho húng quế và lá bạc hà vào máy xay nhỏ cùng với giấm và dầu. Nêm muối và hạt tiêu và trộn cho đến khi mịn.
c) Cắt Halloumi làm đôi theo chiều ngang để bạn có hai hình chữ nhật. Rắc từng miếng với một ít ớt.
d) Đặt chảo chống dính trên lửa vừa-cao. Khi dầu nóng, thêm dầu và xoay nhẹ để phủ đều lớp nền. Đặt các lát halloumi vào chảo, úp mặt ớt xuống và rắc thêm một ít ớt lên trên. Nướng trong 2–3 phút mỗi bên hoặc cho đến khi có màu vàng nâu.
e) Trong khi đó, để đậu và măng tây ráo nước rồi cho vào bát cùng với cà chua bi và một nửa nước sốt. Trộn đều và chia giữa hai đĩa. Đặt halloumi lên trên.
f) Thêm ô liu vào chảo để làm ấm, sau đó rắc chúng xung quanh halloumi. Rưới nước sốt còn lại và trang trí bằng một vài chồi đậu trước khi ăn.

90. Salad củ dền với phô mai dê đánh bông

phục vụ 2

THÀNH PHẦN:

- 40g hạt phỉ
- 1 củ cải đường kẹo thô
- 4 củ dền nấu chín
- ½ túi (60g) hỗn hợp salad củ dền mua ở cửa hàng
- cho băng
- 1 muỗng canh giấm sherry
- 1 muỗng canh nước ép củ cải đường (tùy chọn)
- 1 muỗng cà phê mù tạt Dijon
- 3 muỗng canh dầu ô liu nguyên chất
- Muối biển và hạt tiêu đen mới xay
- Đối với phô mai đánh bông
- 100g phô mai dê mềm
- 50g kem phô mai
- Vỏ của ½ quả chanh
- 2 nhánh thyme chanh, lá nhặt
- 1–2 muỗng cà phê nước

hướng dẫn:

a) Làm nóng lò ở nhiệt độ 200°C/quạt 180°C/Khí 4.

b) Trải hạt phỉ lên khay nướng nhỏ và cho vào lò nướng trong 5–8 phút hoặc cho đến khi hạt chuyển sang màu nâu vàng sẫm. Trong khi đó, cho tất cả các nguyên liệu làm sốt vào một cái bát nhỏ. Nêm muối và hạt tiêu và đánh đều.

c) Dùng mandolin hoặc dao sắc, cắt thật nhuyễn củ dền kẹo, sau đó dùng khuôn cắt bánh ngọt hình tròn (đường kính khoảng 6,5 cm) để dập một hình tròn trên mỗi lát. Đặt các vòng tròn trong nước sốt để ngâm nhẹ.

d) Lấy quả phỉ ra khỏi lò và để nguội.

Cho các nguyên liệu phô mai đã đánh bông vào máy xay thực phẩm với một chút muối và hạt tiêu. Xay cho đến khi mịn, thêm một chút nước để nới lỏng nếu cần thiết. Đặt trong tủ lạnh cho đến khi cần thiết.

e) Cắt nhỏ củ dền đã nấu chín và cho vào bát với hỗn hợp salad. Thêm một nửa nước sốt, nêm gia vị và trộn đều, sau đó chia hai đĩa. Nhấc những lát củ cải đường ra khỏi nước sốt và đặt lên món salad. Chấm một thìa pho mát dê đã đánh bông và thìa lên trên phần nước sốt còn lại.

f) Sử dụng mặt phẳng của con dao của bạn, nghiền nát quả phỉ trên thớt để chúng bị vỡ nhẹ. Rắc một ít lên mỗi đĩa để phục vụ.

91. Gỏi Mì Thịt Viên Việt Nam

phục vụ 2

THÀNH PHẦN:

- 250g thịt heo bầm
- 2 muỗng cà phê sả chanh
- 1 muỗng canh nước mắm
- 1 muỗng cà phê đường trắng
- 1 tép tỏi, bóc vỏ và nghiền nát
- 2 củ hành tây, tỉa và thái nhỏ
- Một nhúm tiêu trắng xay
- 1 muỗng canh dầu thực vật
- cho món salad
- 100g bún gạo
- 1 củ cà rốt lớn, gọt vỏ và thái sợi
- ½ quả dưa chuột, thái sợi
- 2 nắm giá đỗ
- 8 lá xà lách nhỏ
- Lá bạc hà và rau mùi tươi
- 20g đậu phộng muối, đại khái băm nhỏ

- cho băng
- 30ml nước mắm
- 30ml dấm gạo
- 1 muỗng canh đường cát
- Nước cốt của ½ quả chanh
- 1 tép tỏi, bóc vỏ và thái nhỏ
- 30ml nước
- ½ quả ớt đỏ, bỏ hạt nếu bạn muốn ăn nhẹ hơn, thái nhỏ

hướng dẫn:

a) Cho thịt heo, sả băm, nước mắm, đường trắng, tỏi đập giập, hành lá, tiêu trắng vào tô, dùng tay sạch trộn đều. Chia thành 12 phần bằng nhau, sau đó vo từng phần thành một quả bóng và hơi dẹt. Đặt sang một bên.

b) Đun sôi một ấm nước. Đặt mì vào một cái bát lớn, cách nhiệt và đổ nước sôi đủ để phủ chúng. Đặt sang một bên trong 10 phút.

c) Trong khi đó, chuẩn bị cà rốt và dưa chuột.

d) Khi mì mềm, vớt ra và ngâm dưới vòi nước lạnh cho đến khi nguội. Để ráo nước một lần nữa và đặt chúng sang một bên cho đến khi cần thiết.

e) Đặt một chảo chống dính lớn trên lửa vừa và cao và thêm dầu thực vật. Khi nóng, thêm thịt viên và nấu trong 2–3 phút cho mỗi bên hoặc cho đến khi chín vàng và chín đều.

Trong khi thịt viên đang nấu, cho tất cả các nguyên liệu làm sốt vào tô và trộn đều.

f) Chia mì vào hai bát phục vụ và thêm cà rốt, dưa chuột, giá đỗ, lá rau diếp và các loại thảo mộc tươi. Top với thịt viên nấu chín. Múc một ít nước xốt lên món salad và dọn phần còn lại sang một bên. Rải đậu phộng trước khi phục vụ.

92. Gỏi Vịt Châu Á

phục vụ 2

THÀNH PHẦN:

- 2 ức vịt
- 1 muỗng cà phê bột ngũ vị Trung Quốc
- 6 củ cải, thái nhỏ
- ⅓ quả dưa chuột, cắt đôi theo chiều dọc và thái lát theo góc
- 2 nắm cải xoong lớn
- 2 nắm lớn giá đỗ
- 2 nắm lớn lá xà lách trộn
- Một nắm nhỏ lá rau mùi
- 1 muỗng cà phê hạt mè nướng
- 1 quả ớt đỏ dài, bỏ hạt nếu bạn muốn ăn nhẹ hơn, thái nhỏ theo góc
- 2 củ hành lá, chỉ lấy phần xanh, thái nhỏ theo chiều dài
- Muối biển và hạt tiêu đen mới xay
- cho băng
- 1½ muỗng canh sốt hoisin
- 1 thìa cà phê gừng tươi gọt vỏ và bào nhỏ
- 1 muỗng canh dầu mè

- 1 muỗng canh giấm gạo
- Nước cốt của ½ quả chanh

hướng dẫn:

a) Làm nóng lò ở nhiệt độ 200°C/quạt 180°C/Khí 6.

b) Dùng một con dao thật sắc, rạch da trên ức vịt theo các đường chéo, đầu tiên theo một hướng, sau đó theo hướng khác để bạn có hoa văn hình thoi. Xát ngũ vị hương Trung Quốc, sau đó nêm muối và tiêu cho cả hai mặt.

c) Đặt ức vịt, mặt da úp xuống, vào chảo chống dính, chịu nhiệt. Đặt chảo trên lửa vừa-cao và nấu trong 7 phút hoặc cho đến khi mỡ chảy ra và da giòn và vàng.

d) Trong khi đó, cho củ cải và dưa chuột vào bát xà lách cùng với cải xoong, giá đỗ, lá xà lách trộn và rau mùi.

Làm nước sốt bằng cách trộn tất cả các nguyên liệu lại với nhau.

e) Lật ngược ức vịt và đặt chảo vào lò nướng trong 3–4 phút. Lấy ra khỏi lò và để yên trong 2–3 phút.

f) Thêm một nửa nước sốt vào bát salad và trộn đều. Chia salad giữa hai đĩa phục vụ.

g) Cắt vịt thành những lát dày và xếp lên trên món salad. Múc phần nước sốt còn lại lên trên và rắc hạt vừng, ớt và hành lá trước khi ăn.

93. Cá hồi áp chảo với salad khoai tây ấm

Máy chủ 4

THÀNH PHẦN:

- 700g khoai tây mới hoặc salad, chẳng hạn như Charlotte hoặc Pink Fir Apple
- ½ muỗng cà phê muối
- 1 lá nguyệt quế
- 2 nhánh húng tây
- 5 hạt tiêu đen
- 1 muỗng canh dầu ô liu
- 4 miếng phi lê cá hồi, còn da
- 2 củ hẹ chuối
- 2 thìa thì là
- 150g kem tươi
- 2 muỗng canh nụ bạch hoa non
- Muối biển và hạt tiêu đen mới xay
- chanh nêm, để phục vụ

hướng dẫn:
a) Đun sôi một ấm nước, sau đó đổ vào nồi. Thêm khoai tây, muối, lá nguyệt quế, nhánh cỏ xạ hương và hạt tiêu, đậy nắp chảo và đun sôi. Sau khi đun sôi, mở nắp, giảm nhiệt và đun nhỏ lửa trong 10–12 phút hoặc cho đến khi chín hẳn.
b) Trong khi khoai tây đang nấu, gọt vỏ và thái nhỏ hẹ tây và thái nhỏ thì là.
c) Khi khoai tây đã chín, vớt ra để ráo nước và đặt lên thớt để nguội một chút. Bỏ lá nguyệt quế, nhánh cỏ xạ hương và hạt tiêu.
d) Đặt một chảo rán lớn trên lửa vừa và cao và thêm dầu ô liu. Nêm muối phi lê cá hồi và khi dầu nóng, cho chúng vào chảo, mặt da úp xuống. Nấu trong 3–4 phút trước khi lật mặt và nấu thêm 1–2 phút nữa. Lấy chảo ra khỏi bếp và đặt sang một bên.
e) Sử dụng một chiếc khăn trà sạch để bảo vệ bàn tay của bạn, cắt khoai tây nóng và cho vào bát cùng với hẹ tây, thì là, crème fraîche và nụ bạch hoa. Khuấy để kết hợp, và nêm nhiều muối và hạt tiêu đen.
f) Đặt phi lê cá hồi lên đĩa có lát chanh bên cạnh và thêm một thìa đầy khoai tây còn nóng. Món salad rất ngon.

94. Salad cá ngừ hun khói

Cá ngừ đậu xanh:

- 15 ounce đậu xanh nấu chín đóng hộp hoặc cách khác.
- 2-3 muỗng canh sữa chua nguyên chất
- 2 muỗng cà phê mù tạt Dijon.
- ½ muỗng cà phê thì là xay.
- ½ muỗng cà phê ớt bột xông khói.
- 1 thìa nước cốt chanh tươi.
- 1 cọng cần tây thái hạt lựu.
- 2 nhánh hành lá cắt nhỏ.
- muối biển để hương vị.

Lắp ráp bánh sandwich:

- 4 miếng bánh mì lúa mạch đen hoặc bánh mì nảy mầm.
- 1 chén rau bina cho trẻ sơ sinh.
- 1 quả bơ thái lát hoặc hình khối.
- Muối + tiêu.

HƯỚNG DẪN:

a) Chuẩn bị món salad cá ngừ đậu xanh

Trong một bộ xử lý thực phẩm, xay đậu gà cho đến khi chúng trông giống như một kết cấu thô và vụn. Cho đậu xanh vào một bát cỡ vừa và thêm phần còn lại của các hoạt chất vào, khuấy đều cho đến khi kết hợp tốt. Nêm nhiều muối biển theo khẩu vị của riêng bạn.

b) Làm bánh sandwich của bạn

c) Xếp rau bina non lên từng lát bánh mì; thêm vài đống salad cá ngừ đậu xanh, dàn đều. Đặt những lát bơ lên trên, một vài hạt muối biển và hạt tiêu mới xay.

MÓN TRÁNG MIỆNG

95. Sorbet bơ chanh ngâm ngò

làm cho 4

THÀNH PHẦN:

- 2 quả bơ (đã loại bỏ hạt và vỏ)
- ¼ cốc Erythritol dạng bột
- 2 trái chanh vừa, ép lấy nước và ép
- 1 cốc nước cốt dừa
- ¼ muỗng cà phê Stevia lỏng
- ¼ – ½ chén rau mùi, xắt nhỏ

HƯỚNG DẪN:

a) Đun sôi nước cốt dừa trong nồi. A dd vỏ chanh.

b) Để hỗn hợp nguội rồi đóng băng .

c) Trong một bộ xử lý thực phẩm, kết hợp bơ, rau mùi và nước cốt chanh. Xung cho đến khi hỗn hợp có kết cấu chunky.

d) Đổ hỗn hợp nước cốt dừa và stevia lỏng lên trên quả bơ. Trộn hỗn hợp với nhau cho đến khi đạt được độ đặc thích hợp. Mất khoảng 2-3 phút để thực hiện nhiệm vụ này.

e) Quay trở lại tủ đông để rã đông hoặc phục vụ ngay lập tức!

96. anh đào và bánh rán sô cô la

làm cho 12

nguyên liệu khô

- 3/4 chén bột hạnh nhân
- ¼ chén bột hạt lanh vàng
- 1 muỗng cà phê Bột nở
- nhúm muối
- 10g thanh Dark Choco muộn , cắt hạt lựu

nguyên liệu ướt

- 2 quả trứng lớn
- 1 muỗng cà phê chiết xuất vani
- 2 ½ muỗng canh dầu dừa
- 3 muỗng canh nước cốt dừa

HƯỚNG DẪN:

Trong một bát trộn lớn, kết hợp các thành phần khô (trừ sô cô la đen).

Trộn các nguyên liệu ướt và sau đó cho các miếng Sô-cô- la vào d ark .

a) Cắm máy làm bánh rán của bạn và tra dầu nếu cần.
b) Đổ bột vào máy làm bánh rán, đóng và nấu khoảng 4-5 phút.
c) Giảm nhiệt xuống thấp và nấu thêm 2-3 phút nữa.
d) Lặp lại cho phần còn lại của bột và sau đó phục vụ.

97. Bánh quê mộc mạc

Làm từ 4 đến 6 phần ăn

THÀNH PHẦN:

- Khoai tây vàng Yukon, gọt vỏ và thái hạt lựu
- 2 muỗng canh bơ thực vật
- ¼ cốc sữa đậu nành không đường
- Muối và hạt tiêu đen mới xay
- 1 muỗng canh dầu ô liu
- 1 củ hành vàng vừa, thái nhỏ
- 1 củ cà rốt vừa, thái nhỏ
- 1 xương sườn cần tây, thái nhỏ
- 12 ounces 'seita n , thái nhỏ
- 1 chén đậu Hà Lan đông lạnh
- 1 chén hạt ngô đông lạnh
- 1 muỗng cà phê mặn khô
- ½ thìa húng tây khô

HƯỚNG DẪN:

a) Trong một nồi nước muối sôi, nấu khoai tây cho đến khi mềm, từ 15 đến 20 phút.

b) Để ráo nước và trở lại nồi. Thêm bơ thực vật, sữa đậu nành, muối và hạt tiêu cho vừa ăn.

c) Nghiền thô bằng máy nghiền khoai tây và đặt sang một bên. Làm nóng lò ở 350 ° F.

d) Trong một cái chảo lớn, đun nóng dầu trên lửa vừa. Thêm hành tây, cà rốt và cần tây.

e) Đậy nắp và nấu cho đến khi mềm, khoảng 10 phút. Chuyển rau vào chảo nướng 9 x 13 inch. Khuấy seitan, sốt nấm, đậu Hà Lan, ngô, mặn và cỏ xạ hương.

f) Nêm muối và tiêu cho vừa ăn rồi phết đều hỗn hợp vào khay nướng.

g) Cho khoai tây nghiền lên trên, trải ra các cạnh của chảo nướng. Nướng cho đến khi khoai tây chín vàng và nhân sủi bọt, khoảng 45 phút.

h) Phục vụ ngay lập tức.

98. Nước xốt sô cô la amaretto

Làm cho 4 phần ăn

THÀNH PHẦN:

- 3 ounce sô cô la nướng không đường
- 1 chén kem nặng
- 24 gói chất làm ngọt aspartame
- 1 muỗng canh đường
- 1 muỗng cà phê amaretto
- 1 muỗng cà phê chiết xuất vani
- Quả mọng , ½ cốc mỗi khẩu phần

HƯỚNG DẪN:

a) Bẻ sô cô la thành từng miếng nhỏ và cho vào ly thủy tinh 2 cốc cùng với kem.

b) Đun nóng trong lò vi sóng ở nhiệt độ cao cho đến khi sô cô la tan chảy, khoảng 2 phút . Đánh cho đến khi hỗn hợp sáng bóng.

c) Thêm chất làm ngọt, đường, amaretto và vani, đánh cho đến khi hỗn hợp mịn.

d) Chuyển hỗn hợp vào nồi nước xốt hoặc bát phục vụ. Ăn kèm với quả mọng để ngâm.

99. Bánh flan với quả mâm xôi

Làm từ 2 đến 4 phần ăn

THÀNH PHẦN:

- 1 ly sữa
- 1 chén rưỡi
- 2 quả trứng lớn
- 2 lòng đỏ trứng lớn
- 6 gói chất làm ngọt aspartame
- ¼ muỗng cà phê muối kosher
- 1 muỗng cà phê chiết xuất vani
- 1 chén quả mâm xôi tươi

HƯỚNG DẪN:

a) Đặt chảo rang chứa đầy 1 inch nước trên giá ở phần dưới của lò nướng.

b) Bơ ramekins sáu ½ inch. Đun nóng sữa và sữa rưỡi trong lò vi sóng ở nhiệt độ cao (công suất 100 phần trăm) trong 2 phút hoặc trên bếp trong nồi vừa cho đến khi ấm.

c) Trong khi đó, đánh trứng và lòng đỏ trứng trong một bát vừa cho đến khi sủi bọt.

d) Dần dần trộn hỗn hợp sữa nóng vào trứng. Khuấy chất làm ngọt, muối và vani. Đổ hỗn hợp vào ramekins đã chuẩn bị.

e) Cho vào chảo chứa đầy nước và nướng cho đến khi sữa trứng đông lại, khoảng 30 phút.

f) Lấy các đĩa ra khỏi chảo rang và để nguội đến nhiệt độ phòng trên giá dây, sau đó cho vào tủ lạnh cho đến khi lạnh, khoảng 2 giờ.

g) Để làm coulis, chỉ cần xay nhuyễn quả mâm xôi trong máy xay thực phẩm. Thêm chất ngọt để hương vị.

h) Để phục vụ, hãy dùng thìa chạy xung quanh mép của từng viên sữa trứng và bày ra đĩa tráng miệng.

i) Rưới coulis lên trên mặt sữa trứng và kết thúc bằng một ít quả mâm xôi tươi và một nhánh bạc hà, nếu dùng.

100. bóng trong rượu bourbon

Làm 2 phần ăn

THÀNH PHẦN:

- ½ chén quả dưa
- ½ cốc dâu tây cắt đôi
- 1 muỗng canh rượu bourbon
- 1 muỗng canh đường
- ½ gói chất làm ngọt aspartame
- Nhánh bạc hà tươi để trang trí

HƯỚNG DẪN:

a) Kết hợp các viên dưa và dâu tây trong một đĩa thủy tinh.

b) Quăng với rượu bourbon, đường và aspartame.

c) Đậy nắp và làm lạnh cho đến khi phục vụ. Múc trái cây ra đĩa tráng miệng và trang trí bằng lá bạc hà.

PHẦN KẾT LUẬN

Xin chúc mừng, bạn đã xem hết cuốn sách dạy nấu ăn SÁCH NẤU NHỮNG MẸ BẬN RỘN! Chúng tôi hy vọng rằng cuốn sách này sẽ là nguồn tư liệu quý giá cho bạn, cung cấp những giải pháp thiết thực để cung cấp cho gia đình bạn những bữa ăn ngon và lành mạnh, ngay cả trong những ngày bận rộn nhất.

Là một người mẹ bận rộn, việc cân bằng nhiều trách nhiệm của bạn đồng thời chăm sóc nhu cầu dinh dưỡng cho gia đình có thể là một thách thức. Cuốn sách nấu ăn này được thiết kế dành cho bạn, với các công thức nấu ăn dễ thực hiện, chuẩn bị nhanh chóng và chứa đầy các chất dinh dưỡng thiết yếu.

Hãy nhớ rằng, nấu ăn không phải là một việc vặt. Đây có thể là một thú vui và sự sáng tạo, đồng thời là cách thể hiện tình yêu của bạn dành cho gia đình thông qua những bữa ăn ngon và bổ dưỡng. Chúng tôi khuyến khích bạn thử nghiệm với các cách kết hợp nguyên liệu và hương vị khác nhau, đồng thời để con bạn tham gia vào quá trình nấu ăn bất cứ khi nào có thể.

Trên tất cả, chúng tôi hy vọng rằng cuốn sách dạy nấu ăn này đã giúp đơn giản hóa cuộc sống của bạn và mang lại niềm vui cho bữa ăn của bạn. Chúng tôi tin rằng tất cả mọi người đều có thể tiếp cận được thực phẩm ngon và tốt cho sức khỏe và chúng tôi tự hào đã chia sẻ bộ sưu tập công thức nấu ăn này với bạn.

Cảm ơn bạn đã chọn SÁCH NẤU NHỮNG MẸ BẬN RỘN và chúc bạn nấu ăn vui vẻ!

CPSIA information can be obtained
at www.ICGtesting.com
Printed in the USA
LVHW081922220323
742311LV00009B/661

9 781783 573585